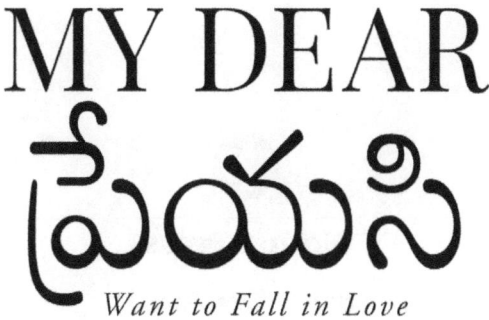

# MY DEAR ప్రేయసి

*Want to Fall in Love*

D9900137

INDURAJ

notionpress.com

INDIA • SINGAPORE • MALAYSIA

# Notion Press

No.8, 3rd Cross Street,
CIT Colony, Mylapore,
Chennai, Tamil Nadu – 600004

First Published by Notion Press 2020
Copyright © Induraj 2020
All Rights Reserved.

ISBN 978-1-63745-429-9

ముంబై, కళ్యాణ్ రైల్వే స్టేషన్. విశాఖపట్నం ట్రైన్ అప్పుడే ప్లాట్ ఫామ్ నెం.2 పైకి వచ్చి ఆగింది. అందులో నుండి "అన్నయ స్టేషన్ వచ్చేసింది, లెగు, నిద్ర కావాలంటే ఇంటికి వెళ్ళాకైన పోవచ్చు, లేకపోతే ట్రైన్ మూవ్ అయ్యిపోతుంది త్వరగా లెగు, అంటు " సప్త వాళ్ళ అన్నయ్య ను లేపింది.

తను ఎప్పుడు లేస్తాడ... అని కింద Berth లో ఉన్న అమ్మాయిలు అలాగే చూస్తున్నారు, ఎందుకు చూడరు 5.11 అడుగులు ఎత్తు, మరీ తెలుపు కాదు చామన్ చాయ కాని ఎరుపురంగు, వత్తుగా వున్న కనుబొమ్మలు, హెయిర్ జెల్ పెట్టినట్టు వత్తుగా నిటారుగా ఉన్న జుట్టు నవ్వితే ఏదో కవులు అమ్మాయిలను పోగిడినట్టుగా వుండే అందమైన నవ్వు.

స్లోగా కళ్ళు తెరచి సోరీ రా, రాత్రి నిద్రపట్టే సరికి 2 A.m అయ్యిపోయింది. నో అలారం ఆఫ్ చేసి పడుకున్న.

సరే Its' ok అన్నయ్య పదా త్వరగా అని, ఇద్దరు చెరొక సూట్ కేస్ తీసుకున్నారు.

ఇంతలో నువ్వు నీ హ్యాండ్బ్యాగ్ పట్టుకోచాలు అని, చెల్లి చేతిలో సూట్ కేస్ తీసుకున్నాడు.

ఓకే అన్నయ్య అంది సప్త.

వాళ్ళు దిగటం గమనించి ఒక అమ్మాయి హాయ్ సప్త "ఇట్స్ నైస్ మీటింగ్ యు" మళ్లీ ఎప్పుడు మనం కలిసేది అని తెలివిగా అడిగింది. సప్త నో వర్రీ అని చెప్పి నీ ఫోన్ నెంబరు ఇవ్వు అని ఇద్దరు ఫోన్ నంబర్స్ ఎక్స్ చేంజ్ చేసుకుని సంయుక్త కదా అని నంబర్ సేవ్

చేసుకుంది. ok బై అని సప్త అనగానే కాదు మీ అన్నయ్య ఫోన్ నంబర్ కూడా ఇవ్వు అంది. సప్త ఎందుకు అంది, అదే నీ ఫోన్ కలవకపోతే మీ అన్నయ్య కి చేస్తాను అంది. ok కార్తీక్ అన్నయ్య నంబరా అంది. అవును మీ అన్నయ్య పేరు కార్తీక్ ఆ అంది సంయుక్త. 1 మినిట్ సంయుక్త, అని Kartheek ను పరిచయం చేసింది సప్త. వెంటనే హాయ్ సిస్టర్ How are you అన్నాడు, అయామ్ ఫైన్ అంది సంయుక్త ఎంతో బాధతో, ఓకే ట్రైన్ మూవ్ అయ్యేలావుంది, రా చెల్లి అనటంతో ఇద్దరు సంయుక్త కి బై చెప్పి ట్రైన్ దిగారు.

వెంటనే సప్త, "కార్తీక్ అన్నయ్య,, పరిచయం చేస్తే వెంటనే అలా హాయ్ సిస్టర్ అనటమేనా" అంది కోపంగా, "అదేంటిరా చెల్లి ఫ్రెండ్ నాకు కూడ చేల్లిలాంటిదేగా అన్నాడు" కార్తీక్.

సప్త కోపంగా ముంబయి లో నన్ను తప్ప ఎవరినైనా చెల్లి అంటే చంపేస్తాను. చాలా Embarrassing గా వుంటుంది, అంది సప్త, ఓకే అన్నాడు కార్తీక్.

ఇంతలో ఎనౌన్స్మెంట్ విశాఖ L.T.T ట్రైన్ About to Move ఫ్రమ్ ప్లాట్ ఫాం నంబరు 2 అని. ఒకటే రద్దీ ప్లాట్ ఫాం అంతా జనాలు. ఎర్రటి షర్టులు వేసుకుని కూలీలు రెడీగా వున్నారు. కార్తీక్ వాళ్ళు దగ్గర వున్న రెండు పెద్ద సూట్ కేస్ లు చూసి " సాబ్ కూలీ చాహియే" అంటు వచ్చారు.

కార్తీక్ కు హిందీ అస్సలు రాదు. "What" అంటూ చెల్లి వైపు చూసాడు. చెల్లికి మాత్రం హిందీ సూపర్ వచ్చు. నో సప్త అన్నయ్య

అతను కూలీ కావాలా అంటున్నాడు అంది. No No We are fine అన్నాడు.

కార్తీక్ కు హిందీ రాదు, అని ముద్దపప్పు అనుకోవద్దు, తను చాలా స్మార్ట్, ఇంగ్లీష్, తెలుగు అనర్గళంగా మాట్లాడుతాడు. ఒక పెద్ద సాఫ్ట్ వేర్ కంపెనీ లో “టిమ్ లీడర్” గా పనిచేస్తున్నాడు. తనకు ముంబై ట్రాన్స్ ఫర్ అయ్యి ఒక నెల అయ్యింది. ఇంతకుముందు హిందీ పెద్ద అవసరం రాక దాని పైన శ్రద్ధ చెయ్యలేదు అంతే, అని..... చెల్లి ఏడిపించి నప్పుడల్లా కవర్ చేసుకుంటాడు.

అన్నయ్య ఈ 1 నెల ఇక్కడ హిందీ రాకుండ ఎలా మానేజ్ చేసావు అని చెల్లి అడిగింది. ఇంగ్లీష్ లో అని స్మార్ట్ గా తప్పించు కున్నాడు.అలా మాట్లాడుతూ ఫుట్ పాత్ నుండి కార్లు ఆగే చోటుకు వచ్చారు. ఒకే ఒక OLA క్యాబ్ వెయిట్ చేస్తుంది. కార్తీక్ అని బోర్డు తో చెల్లిని ఫస్ట్ టైమ్ ముంబై తీసుకొస్తున్నాడు M.B.A చేయించడానికి, కోచింగ్ ఇప్పించడం కోసం, నో ఎలాంటి ఛాన్స్ తీసుకోకుండా ముందే OLA కాబ్ ఆన్ లైన్ లో బుక్ చేసాడు, కార్తీక్.

కార్ డ్రైవర్ 2 సూట్ కేసులు పైన కట్టేసాడు. కార్తీక్ డ్రైవర్ పక్కన కూర్చున్నాడు, చెల్లిని వెనక కుర్చోమని డోర్ తీసి చెల్లిని కుర్చో పెట్టాకే తను డ్రైవర్ పక్కన కూర్చున్నాడు. ఇంతలో కార్ డ్రైవర్ సార్ “ పలావ సిటీ Loda” న సర్ అన్నాడు. యెస్ ప్లీస్ గో అన్నాడు కార్తీక్. ఇంతలో చెల్లి, అన్నయ్య టైమ్ 6.00 అవుతుంది. అమ్మకు ఫోన్ చేద్దాము నాకు తెలిసి నిద్ర పట్టి వుండదు అమ్మకు, మనం ఎలా వెళ్ళామో అని అంది.

ఒకే, అని కార్తీక్ అమ్మకు ఫోన్ చేసాడు. అమ్మా మేము వచ్చేసాము. డాడి కి,అన్నయ్యకి, వదినకి చెప్పు అన్నాడు. సరే నాన్న ఇంటికి వెళ్ళగానే పచ్చళ్ళు తీసి భయట పెట్టు అంది కార్తీక్ వాళ్ళ అమ్మ. ఇంతకి దెయ్యం పిల్ల ఎలా వుంది అంది, హా,హా అని నవ్వి చెల్లా, ఇదిగో నువ్వే మాట్లాడు అని ఫోన్ చెల్లి సప్త చేతికి ఇచ్చాడు.

హాలో అమ్మ ఏమన్నావు అన్నయ్య ఎందుకు నవ్వుతున్నాడు అని కోపంగా అంది సప్త. ఏమి లేదు నీ ముద్దు పేరుతో అడిగాను నీకు ఫోన్ ఇవ్వమని అంది సప్త వాళ్ళ అమ్మ! అ అమ్మా అని అరిచి కార్ డ్రైవర్ వుండటం తో భతికిపోయావ్ మమ్మీ అంది సప్త. సరేలే ముందు కొంచెం వంట నేర్చుకో అన్ని అన్నయ్య చెయ్యాలంటే కష్టం అంది సప్త, కార్తీక్ ల అమ్మ"సరోజ". ఒకే ట్రై చేస్తాను డాడికి చెప్పు మేము ముంబై వచ్చేసాము అని అంది. సప్త,ఒకే బై టేక్ కేర్ అని ఫోన్ పెట్టేసింది.

సప్త చాలా talktive, చాలా ఎక్కువ మాట్లాడుతుంది. So అన్నయ్య ఇంతకీ మన Flat, అదే నువ్వు రెంట్ కి తీసుకున్న Flat నువ్వు ఫొటోస్ లో చూపించినట్లు వుండక పోతే నేను వెంటనే ఇంటికి వెళ్ళిపోతాను అంది. ఒకే రా అని సింపుల్ గా చెప్పాడు కార్తీక్. అలా కార్ లో వెళ్తుండగా ఒక నర్సరీ అప్పుడే తెరుస్తున్నాడు వ్యాపారి. చాలా రకాల గులాభీలు, మల్లెలు, చామంతులు ఇలా ఎన్నోరకాల పువ్వులతో చాలా అందంగా వుంది. వెంటనే సప్త అన్నయ్య కార్ ఆపమని అంది, ఎందుకు నేను అఫీస్ కి వెళ్ళాలి లేటు అవుతాను అన్నాడు. ప్లీజ్, ప్లీజ్ ఆపమను అంది.

కిరణ్,కార్తీక్ ల తర్వాత 4 సంవత్సరాలకి పుట్టింది సప్త. నో చెల్లంటే ప్రాణం ఇద్దరు అన్నయ్యలకు. అందువల్ల సప్త అడిగితే ఏది కాదు అనడు కార్తీక్, ఒకే, డ్రైవర్ ప్లీజ్ స్టాప్ ద కార్ అని కార్ ని పక్కగా ఆపించాడు కార్తీక్. ఒక ముసలి ఆయన తమ పూల నర్సరీ పక్కన కారు ఆగడం చూసి, కారు దగ్గరకి వచ్చి "క్యా చాహియే" అని అడిగాడు. కార్తీక్ ఏదో అనభోతుంటే సప్త అడ్డుకుని "భయ్యా, ఎక్ తులసీ చాహిహే అంది". కార్తీక్ కు ట్రెడిషన్ అంటే ప్రాణం తన చెల్లి ఎంత మోడ్రెన్ డ్రస్సులు వేసుకున్న, Whatsapp, FB లు అంటు ఎన్ని ఫాలో అయ్యినా ఇంకా వాళ్ళ అమ్మ రోజు తులసి కోటకి పూజ చెయ్యటం మర్చిపోని చెల్లిని చూసి చాలా సంతోషించాడు.

ఒకే అన్నయ్య ఈ తులసి కోసం ఆపాను కారు, "కొనుక్కున్నాను", అతనికి 30 రూ. ఇచ్చి పదా వెళ్ళదాము అంది. అప్పుడు కార్తీక్ అక్కడ ఒక అందమైన కుండిని తీసి, "చెల్లి చేతికి 500/- ఇచ్చి", మొత్తం వీటికి ఎంత అయ్యిందో ఇచ్చెయ్యి అన్నాడు. అన్నయ్య ఇచ్చిన పులా మొక్కను చేతితో పట్టుకుని "మరి ఈ పూల మొక్క ఎందుకు అంది సప్త అమాయకంగా".

నువ్వు రోజు పూలు కోసుకొచ్చి, లేదా కొనుక్కుని వచ్చి తులసి కి పెట్టక్కర లేదు రెండు కలిపి ఈ పెద్ద కుండి లో వేస్తే సరి అన్నాడు.

వాళ్ళ అన్నయ్య తెలివి తేటలకు మురిసి పోయి, థాంక్స్ అన్నయ్య అంది సప్త. చిన్నతనం నుండి సప్తకు ప్రతి చిన్న విషయంలోను తనకు ఎవరు ఏ హెల్ప్ చేసిన థాంక్స్ చెప్పటం అలవాటు చివరకు వాళ్ళ అమ్మని, నాన్నని కూడ వదలదు. 30 min

తరువాత ఒక పెద్ద ఆర్చ్ విత్ సెక్యూరిటి గేటు దాని ముందు కార్ ఆగింది. వెయిట్ ఐ విల్ జస్ట్ కమ్ అని కార్తీక్ కార్ లో నుండి దిగుతు తన చెల్లిని కూడ దిగమన్నాడు. కార్ లో నుండి దిగిన సప్త తన కళ్ళను తను నమ్మలేకపోయింది. అది 32,000 ఫ్లాట్ ఉన్న ఒక గేటెడ్ కమ్యూనిటి, ఇది భూలోక స్వర్గమా అన్నట్లు ఉంటుంది. ఆ కమ్యూనిటి ఎంట్రన్స్ లోనే చాలా అందమైన మొక్కలు, అలాగే నీలం రంగు దీపాలు,ఆ మొక్కల పైన వేలాడుతుంటే ఆ అందం వేరు, ఒక ప్రక్కన వాటర్ ఫౌంటెన్, అన్నయ్య ఇట్స్ బ్యూటీఫుల్ అంది. అందుకేరా ఇక్కడ ఫ్లాట్ రెంట్ కి తీసుకున్నాను. ఇట్స్ బ్యూటిఫుల్ వెరీ ప్లసంట్ and రీసనబుల్ రెంట్స్ అన్నాడు కార్తీక్.

కానీ ఇక్కడ ఎందుకు దిగాము అని అడగబో తుండగా, ఎదురుగా గ్లాస్ కాబిన్ లో కూర్చున్న వ్యక్తి, Yes, ప్లీజ్ అన్నాడు. వెంటనే కార్తీక్ తన పాకెట్ లో వున్న పర్సు తీసి, దానిలో వున్న ఒక కార్డు ను తీసి ఆ సెక్యూరిటీ కి ఇచ్చాడు. అప్పుడు ఆ సెక్యూరిటీ సర్ యు ఆర్ మిస్టర్ కార్తీక్ from Dionna – D -603 అన్నాడు." Yes, I am " అన్నాడు కార్తీక్. Tell me sir how can I help అన్నాడు, సెక్యూరిటీ. Ok దిస్ ఈస్ మై సిస్టర్ సప్త, ఐ వుడ్ లైక్ టు యాడ్ మై సిస్టర్ నేమ్ ఇన్ మై కాంట్రాక్ట్, so that she can getanother I.D. అండ్ Access for club also అన్నాడు.

Ok sir, Easy! you just want to add her name? So గివ్ మీ her ఆధార్ కార్డ్ జిరాక్స్ అండ్ ఫోటో ఆఫ్ యువర్ అన్నాడు. ఆల్ రెడీ తన దగ్గర రెడీగా పెట్టుకున్నాడు కార్తీక్, వాటిని సెక్యూరిటీ కి ఇచ్చాడు. రెంటల్ అగ్రీ మెంట్ వెతికి తీసి, దానికి వాళ్ళ చెల్లి ఆధార్ కార్డ్ జతచేసి

పిన్ కొట్టాడు. తరువాత స్టాంపు వేసి ఇచ్చాడు. దిస్ ఈజ్ హార్ I.d కార్డు అన్నాడు Security.

Oh! దట్స్ వెరీ ఫాస్ట్, థాంక్స్ అన్నాడు కార్తీక్. వెంటనే కార్తీక్ అండ్ సప్త వెళ్ళి కార్ లో కూర్చున్నారు. ok 5 min లో, కార్తీక్ చెప్పిన డైరెక్షన్ తో కారు, కార్తీక్ వాళ్ళ బ్లాక్ ముందు ఆగింది. కార్ లో నుండి కార్తీక్ అండ్ సప్త దిగారు, లగేజ్ తీసుకున్నాక కార్ డ్రైవర్ ok సర్ అయామ్ లీవింగ్ అన్నాడు, ఎందు కంటే కార్తీక్ అప్పటికీ ఆన్ లైన్ లో పేమెంట్ చేసేసాడు. వన్ మినిట్ అని కార్తీక్ ఒక 50/- డ్రైవర్ చేతిలో పెట్టాడు. కారు డ్రైవర్ థాంక్స్ చెప్పి వెళ్ళిపోయాడు.

ఒక సారి గట్టిగా గాలి పీల్చుకుని సప్త చుట్టూ చూడసాగింది, అటువైపు, ఇటువైపు 12 అంతస్థుల పెద్ద ఎత్తయిన భవనాలు. అటు ఒక 10, ఇటు ఒక 10 వరుసగా వున్నాయి. మధ్యలో మనుషులు, కారులు వెళ్ళడానికి బ్రిక్స్ రోడ్డు, మళ్ళి ఆ రెండు రోడ్డు ల మధ్యలో 4 ఉయ్యాలల, 2 రెండు జారుడు బల్లలు, చిన్న చిన్న రంగుల రాట్నాలు, చుట్టూ మొక్కల తో చిన్న పార్కు, "wow ఇట్స్ రియల్లీ బ్యూటిఫుల్ అన్నయ్య, పైగ అన్ని బిల్డింగ్స్ కి ఒకే మోడల్, ఎంట్రన్స్ విత్ గ్లాస్ డోర్స్" అంది.

ఇంకా వుంది surprise, వెయిట్ అన్నాడు కార్తీక్. ఇంతలో బిల్డింగ్ వాచ్ మాన్ వచ్చి హాయ్ కార్తీక్ సర్ How are you అన్నాడు. ఆయామ్ గుడ్, “గురు, దిస్ ఈస్ మై సిస్టర్ అన్నాడు. మై! Luggage, హెల్ప్? అని ఇంగ్లీష్ లో కొంచెం కష్టపడుతున్నాడు, గురు. ఇంతలో సప్త భయ్యా, హమ్ కో మాదత్ కరో న అంది, వెంటనే గురు గాలి

పీల్చుకుని, Morning Mam! భయ్యా జీ కో హింది నహీ ఆతా, ఇసిలీయే అన్నాడు. అప్పుడు సప్త ముజ్ కో ఆతీ హే అంది.

తరువాత గురు లగేజ్ కి హెల్ప్ చేసి లిఫ్ట్ లో పెట్టాడు. ఇద్దరు లిఫ్ట్ ఎక్కారు. కార్తీక్ 6 నొక్కాడు, లిఫ్ట్ క్షణాల్లో 6th ఫ్లోర్ లో ఆగింది. లిఫ్ట్ నుండి భయటకు వచ్చి కుడివైపు తిరిగి, చెప్పుల స్టాండ్ లో చెప్పులు విడిచి, తలుపు తీస్తూ ఇదేరా మన ఫ్లాట్ అన్నాడు,చెల్లివైపు తిరిగి. ok అని లోపలికి వెళ్ళి డోర్ తీసి వుంచి భయట వున్న 2 సూట్ కేస్ లు, మొక్కలు లోపల పెట్టాడు కార్తీక్. చెల్లి హాల్లో వున్న టివిని 2 కుర్చీలు చూసి, ఎడమ చేతి వైపు మూసి వున్న 4 కర్టెన్లు తెరిచింది, అంతే వావ్ అన్నయ్య గ్లాస్ డోర్స్ అండ్ బాల్కనీ సూపర్ అంది.

వెంటనే కార్తీక్, చెల్లి కళ్ళు మూసుకో, అని తన చెల్లి చెయ్యి పట్టుకొని జాగ్రత్తగా తిన్నగా నడిపించు కుంటూ తీసుకొచ్చి కళ్ళు తెరవమన్నాడు. ఎదురుగా ఒక బెడ్ రూమ్, ఒక పక్క కార్తీక్ భట్టలు, ఒక పక్క సూట్ కేస్, ఎదురుగా పరుపు- "కింద వేసి దాని మీద నల్లని బెడ్ షీట్ పక్క వేసి వుంది". దాని వెనక కర్టేన్స్ వున్నాయి. ఇందులో ఏ ముంది నీ బెడ్ రూమ్ అంది సప్త, వెళ్ళి కర్టేన్స్ తియ్యమన్నాడు కార్తీక్. కర్టేన్స్ తీసి వెంటనే గట్టిగా అరిచి అన్నయ్య ఈ బెడ్ రూమ్ నాకు కావాలి కావాలి అని అరిచింది. ఆ కర్టేన్స్ వెనుక ఒక గ్లాస్ డోర్స్ అవి ఓపెన్ చేస్తే బాల్కని సేమ్ హాల్లో లాగే కాని, ఆ బాల్కని లో నుంచుంటే వెనకాల ఒక పెద్ద కాలువ, దానిని ఆనుకొని చిన్న అడవి లాంటిప్రాంతం, ప్రతి చెట్టు మీద కొంగలు, పిచ్చుకలు వెరీ బ్యూటిఫుల్ సీనరీ అన్నయ్య అంది.

I know నీకు ఈ రూమ్ బాగా నచ్చుతుంది, బట్ ఇట్ డోంట్ హేవ్ attached బాత్ రూమ్, So, నీది ఈ రూమ్, ఇది అని వేరే రూమ్ చూపించాడు. ఆ రూమ్ లో చేల్లికోసం ఒక బెడ్ కొన్ని బొమ్మలు already కొనిపెట్టాడు. ok అన్నయ్య ఐ విల్ అడ్జస్ట్ అని Naughty గా చెప్పింది. కాని చెల్లి రూమ్ ని చాలా అందంగా డెకరేట్ చేసి ఒక పెద్ద Family ఫోటోని చెల్లి రూం వాల్ కి Hang చేసాడు. తను లాస్ట్ మంత్ వచ్చినప్పుడే తన లగేజ్ తెచ్చుకున్నాడు. వాళ్ళ డాడి, చెల్లికి IMS కోచింగ్ ఇప్పించమన్నప్పుడు, వాళ్ళ పెద్ద అన్నయ్య కి కొత్త గా పెళ్లి అయ్యి బెంగుళూరు లో వుంటున్నాడు. వాళ్ళ దగ్గర ఎందుకు అని చెల్లిని తన దగ్గరకు పంపమని చెప్పాడు. వాళ్ళ డాడి, మమ్మీ, చెల్లి అందరు ok అనడంతో ఈ డబుల్ Bedroom ఫ్లాట్ తీసుకుని, చెల్లి రూమ్ ని ఆల్ రెడీ డెకరేట్ చేసి, వీకెండ్ విత్ గాంధీ జయంతి హాలిడే కలిసి రావడంతో చెల్లిని తీసుకుని రావడానికి వెళ్ళాడు. ఇప్పుడు తనతో పాటు తన చెల్లి కూడ వుండటంతో కార్తీక్ ఆనందానికి హద్దులు లేవు. So చెల్లి నువ్వు హేపిగా రిలాక్స్ అయ్యి, ఫ్రేష్ అవ్వు, నేను బ్రేక్ ఫాస్ట్ ప్రిపేర్ చేస్తాను అన్నాడు, "లేదు అన్నయ్య లెట్ మీ హెల్ప్ యు అంది సప్త!" కానీ యు డోంట్ వర్రీ అన్నాడు కార్తీక్.

ఎన్నో రోజులు వాళ్ళ మమ్మీ దగ్గర నేర్చుకుని ప్రాక్టిస్ అయిన పప్పువండి, రైస్ కుక్కర్ లో రైస్ పెట్టడం నేర్చుకున్నాడు. ఆ విధంగా పప్పు, రైస్ రెండు వండి, బ్రెడ్ టోస్టర్ లో టోస్ట్ చేసి బట్టర్ తీసుకుని, గ్రీన్ టి రెడీ అయ్యాక చెల్లిని బ్రేక్ ఫాస్ట్ కి రమ్మని చెప్పాడు.

ఇద్దరు కలిసి బ్రేక్ ఫాస్ట్ చేస్తుంటే, చెల్లి నీ IMS క్లాసెస్ ఎల్లుండి నుండి స్టార్ట్ అవుతాయి, నేను నీ సిమ్ ని ఇక్కడ నంబర్ గా పోర్ట్

చెయ్యడానికి రిక్వెస్ట్ పెట్టాను, అని మమ్మీ వాళ్ళే నీకు కాల్ చేస్తారు, నేను కూడా కాల్ చేస్తాను. కనుక ఫోన్ తో నీకు ప్రాబ్లం ఏమి వుండదు అని చెప్పి, ఈవినింగ్ త్వరగా వచ్చేస్తాను ర, Take Care, నాకు లేట్ అవుతుంది అని త్వరగా టిఫిన్ చేసి ఆఫీస్ కి వెళ్ళిపోయాడు.

## 3 సంవత్సరాల తరువాత

"హేపి బర్త్ డే, హేపి బర్త్ డే, హ్యాపీ బర్త్ డే టు యు", థాంక్స్ అమ్మ, థాంక్స్ డాడి, థాంక్స్ అన్నయ్య, థాంక్స్ చెల్లి, థాంక్స్ వదిన అన్నాడు కార్తీక్. "కార్తీక్ అన్నయ్య నీకు మీ బావగారు తరపున నన్నే విషేష్ చెప్పమన్నారు అంది సప్త", ok ర చెల్లి అన్నాడు కార్తీక్.

"సరే కార్తీక్ త్వరగా స్నానం చేసి రా, అందరం కలిసి టిఫిన్ చెద్దాం", అని చెప్పారు కార్తీక్ వాళ్ళ అమ్మ, "సరే అమ్మ అన్నాడు కార్తీక్". ఇంతలో ఆడవాళ్ళు ఏవో స్పెషల్ వంటల్లో పడిపోయారు, ఎందుకంటే ఆ రోజు సండే, పైగా family అందరు కలిసి ఒకచోట వున్నారు.

అండ్ "కార్తీక్ పుట్టిన రోజు కూడా", అంతేకాకుండా మరో 3 రోజుల్లో కార్తీక్ U.K ప్రాజెక్ట్ కోసం మళ్ళీ Onsite వెల్తున్నాడు.

డాడి, అన్నయ్య, కార్తీక్ & వాళ్ళ తాతగారు ఏవో రాజకీయాలు సీరియస్ గా మాట్లాడుకుంటుంటే లాండ్ లైన్ Phonering అయ్యింది, ఎందుకో ఆ రోజు ఫోన్ మోగుతుంటే తన హార్ట్ గట్టిగా కొట్టుకుంది, So లేట్ చెయ్యకుండా ఫోన్ ఎత్తాడు Kartheek “అటు వైపు నుంచి హలో అని ఒక తియ్యటి స్వరం, ఆ స్వరం వినగానే కార్తీక్ హార్ట్ ఇది నాది,

నాకోసమే వచ్చిన ఫోన్ అని అనిపించి, ఏమి మాట్లాడకముందే " డాడి నా Office కాల్ మీరు మాట్లాడుతూ వుండండి, ఐ విల్ కమ్ బాక్ అని, కార్డ్ లెస్ ఫోన్ అవ్వడం తో రిసీవర్ ని తీసుకుని తన రూమ్ లోకి వెళ్ళి, "హలో చెప్పు అన్నాడు Kartheek".

వెంటనే కొన్ని నిమిషాలు ఏమి వినపడలేదు, రెండు వైపుల ఒక తియ్యని బాధ, మౌనం కప్పేసింది. తరువాత రెండు నిమిషాలకి, "కార్తీక్ హ్యాపీ బర్త్ డే అని ఒక తియ్యటి పలకరింపు వినిపించింది". థాంక్యు అని, వెంటనే "ఎక్కడ వున్నావు అన్నాడు కార్తీక్". "2 సంవత్సరాలు అయ్యింది, నీతో మాట్లాడి, నీ గొంతు విని, నేను ఈ రోజు ఇంట్లో వుంటాను అని ఎలా తెలుసు"? అని వెంట వెంటనే ప్రశ్నలు అడిగాడు కార్తీక్.

"ఐ యామ్ ఇన్ U.S కార్తీక్, 3 ఇయర్స్ అయ్యింది, ఈ ఇయర్ ఇండియ వస్తున్నాను, మాస్టర్స్ కంప్లీట్ అవుతుంది అంది", అవతలి అందమైన అమ్మాయి స్వరం. "ఇంకా ఈ 3 Years నీ Birthday రోజు మీ ఇంటికి కాల్ చెస్తూనే వున్నాను, బట్ నువ్వు U.K వెళ్ళావు అని మీ మమ్మీ చెప్పారు, అండ్ నీ ఫోన్ నంబర్ అడిగితే" అని తను చెప్పేది పూర్తి కాకుండానే, "ఖుషి I Love you, I Love you ఖుషి అని కార్తీక్ అన్నాడు".

ఇంకా మాట్లాడే స్వరం ఆగిపోయి అలాగే వింది, తరువాత గొంతు వణుకుతూ, I Miss you కార్తీక్ అంది ఖుషి. "ఖుషి ఏడుస్తున్నావా, నువ్వు కాదు, నేను ఏడవ్వాలసింది, ప్లీస్ ఎడవద్దు నేను తట్టుకోలేను ఖుషి., ఇప్పటికే నిన్ను మిస్ చేసుకున్నందుకు ఈ 2 సంవత్సరాలు

నరకం చూసాను, ప్లీజ్ ఖుషి నువ్వు ఏడ్చి ఇంకా బాధపెట్టకు అన్నాడు కార్తీక్".

ఇంతలో దూరంగా గొంతు వినిపిస్తుంది. "కార్తీక్ త్వరగా స్నానం చేసిరా బాబు పాయసం రెడి, దేవుడికి దణ్ణం పెట్టుకుని టిఫిన్ చేద్దువు గాని బర్త్ డే కదా అని", కార్తీక్ వాళ్ళ అమ్మ మాట వినిపించింది. ఓకే అమ్మ oka 30 మినిట్స్ ఆఫీస్ కాల్ అన్నాడు.

ఆ మాటలు విన్నా ఖుషి, కార్తీక్ బర్త్ డే కదా... అని," తన కన్నీళ్ళను తుడుచుకుని, సారీ కార్తీక్, నీ బర్త్ డే రోజు, నీకు ఏమీ గిఫ్ట్ ఇవ్వలేక పోతున్నాను. కనీసం ఒక గ్రీటింగ్ కార్డు కూడా పంప లేదు అంది ఖుషి". వెంటనే కార్తీక్ గిఫ్ట్ ఇవ్వాలని వుంటే ఫోన్ లో అయిన ఇవ్వవచ్చు అన్నాడు. వెంటనే ఒక అందమైన మౌనం ఇద్దరిని మాటలు రానివ్వకుండా కట్టిపడేసింది. తరువాత ఖుషి నెమ్మదిగా సిగ్గుపడుతూ ఏమి గిఫ్ట్ కావాలి అని అడిగింది. అంతవరకు గిఫ్ట్ కావాలి అని అడిగిన కార్తీక్ గుండె వేగంగా కొట్టుకుంది, చెమటలు అతని నుదురు పైన నాట్యం చేస్తున్నాయి.

అతడు "ఖుషి అన్నాడు",

"హు చెప్పు కార్తీక్ ఏమి కావాలి అంది ఖుషి".

"నాకు నాకు",

"ఊ చెప్పు నీకు",

"నాకు నువ్వు ఏదైన చెపితే వినాలని వుంది అన్నాడు",

"వెంటనే ఖుషి సిగ్గుతో, ఆనందంతో I..I..I....I love you కార్తీక్ అంది".

అది వినగానే కార్తీక్ ఆనందానికి అవధులు లేవు. ఒక వైపు వాళ్ళ ప్రేమ మళ్ళీ చిగురించి నందుకు, మరవైపు ఖుషి I Love you చెప్పింది అంటే ఆమెకు పెళ్ళి అవ్వలేదు అన్న క్లారిటి వచ్చింది.

Hey ఖుషి లిసన్ నేను 3 డేస్ తరువాత U.K వెళ్ళిపోతున్నాను so, ఈ రోజు నైట్ ముంబై వెళ్ళి 3rd డే, అంటే ఈరోజు సండే కదా, Wednesday నైట్ U.K ఫ్లైట్ ఎక్కుతాను. So నువ్వు నాకు ఈ రోజు నైట్ 10.p.m, ఈ నంబరుకి కాల్ చెయ్యి లేదా నీ నంబరు ఇస్తే నేనే కాల్ చేస్తాను అన్నాడు. వద్దు కార్తీక్, బికాజ్ నేను ఆన్ లైన్ కాలింగ్ కార్డులో కాల్ చేస్తున్నాను so నేనే నీకు కాల్ చేస్తాను, అని అతని నంబరు తీసుకుంది ఖుషి.

"ఖుషి దిస్ ఈస్ మై బెస్ట్ బర్తుడే, ఆఫ్టర్ 3 ఇయర్స్ అన్నాడు కార్తీక్".

"దిస్ ఈజ్ మై బెస్ట్ డే ఆఫ్టర్ 3 ఇయర్స్ అంది ఖుషి."

"Ok ఐ హేవ్ టు గో ఖుషి అందరు వున్నారు అన్నాడు కార్తీక్,"

"సప్త ఎలావుంది -మై బెస్ట్ ఫ్రెండ్ అంది ఖుషి,"

"షి, ఈజ్ గుడ్, it's been almost 3 years that saptha got married ఖుషి, తను నిన్ను ఎప్పుడు గుర్తు చేసుకుంటూ వుంటుంది అన్నాడు కార్తీక్,"

"Ok గివ్ మీ హర్ నెంబర్ అని నంబర్ తీసుకుంది,"

"Ok బై అంటూనే అస్సలు ఫోన్ కట్ చెయ్యాలనిపించటం లేదు మై డియర్ ప్రేయసి, బట్ వినిపిస్తుంది గా మా అమ్మ పిలుపు ఇంకా కొంచెం టైం అయ్యితే ఫోన్ లాక్కుని కట్ చేసేస్తోంది డార్లింగ్ సో ప్లీజ్, Forgive me... ఈవెనింగ్ నీ ఫోన్ కోసం వెయిట్ చేస్తుంటాను, అదే నా బర్త్డే గిఫ్ట్ అని ఫోన్ పెట్టేసాడు కార్తీక్".

వెంటనే కార్తీక్ స్నానానికి వెళ్ళాడు, ఫోన్ పెట్టగానే సప్త ఫోన్ రింగ్ అయ్యింది, వాళ్ళ వదిన చూడు సప్త మా తమ్ముడు గారేమో అని ఆట పట్టిస్తూ... సప్త కు ఫోన్ ను అందించింది.

సప్త ఫోన్ లిఫ్ట్ చెయ్యగానే, ఖుషి అంటూ గట్టిగా అరిచి అల్లరి అల్లరి చేసింది, ఇంతలో ఖుషి అటువైపు నుండి, "హాయ్ సప్త ఫస్ట్ ఆఫ్ ఆల్ I am Really సారీ", నేను చేలా ట్రై చేశాను మిమ్మల్ని కాంటాక్ట్ చెయ్యటానికి బట్ అస్సలు Landline కనెక్ట్ కాలేదు అంది ఖుషి"...

"ఓహ్ ఆదా ఈ మొబైల్స్ వచ్చాక Landline తో పెద్ద పని లేకుండా పోయింది ఖుషి, సో Landline దాని అంతటా అది పని చేసే వరకు మేము దానిని పెద్ద పట్టించు కోవటం లేదు అంది సప్త"...

"ఆ మాటలకి ఖుషి థంక్ గాడ్ ఈ రోజు నా కోసమే పనిచేస్తుంది లేక పోతే ఈ ఇయర్ కూడా న ప్రిన్స్ బర్త్డే మళ్ళీ మిస్ అయ్యే దానిని అని మనసులో అనుకుంది ఖుషి "..

ఇంతలో "I know Kushi దట్స్ వై యు ఆర్ మై బెస్ట్ ఫ్రెండ్ అంది" Saptha.

ఇంకా చెప్పు, మమ్మీ, డాడి, అన్నయ్య లు, వదినలు ఎలా వున్నారు అంది ఖుషి.

వాట్ ఎ సర్ప్రైజ్ ఖుషి నువ్వు ఇంత తెలుగు ఎప్పుడు నేర్చుకున్నావు అంది సప్త.

అది ఏమి లేదు నేను U.S lo masters చేస్తున్నాను ఇప్పుడు నా House mates అందరూ A.P వాళ్ళే, So నాకు తెలుగు బాగా వచ్చింది. (కానీ కార్తీక్ కోసమే తెలుగు నేర్చుకున్నాను అని మనసులో అనుకుని నవ్వుకుంది).

Oh wow అందరూ బాగున్నారు ఖుషి, అండ్ స్మాల్ కరెక్షన్ వదినలు కాదు, వదిన... ఇంకా మా కార్తీక్ అన్నయ్యకు పెళ్లి అవ్వలేదు అంది సప్త., ఆ విషయం తెలిసే అడుగుతున్నాను అని మనసులో అనుకుంది ఖుషి.

ఇంతలో ఏదో గుర్తు వచ్చినట్లు సప్త, Hey ఖుషి నాకు Marriage అయ్యింది తెలుసా, నిన్ను Contact చెయ్యాలని చాలా ట్రై చేసాను కాని కుదరలేదు అంది.

ఓ, సారీ రా, ఎనివే కంగ్రాట్యు లేషన్స్ అంది ఖుషి.

ఇంకా మీ అమ్మా, వాళ్ళు అందరూ ఎలావున్నారు అంది సప్త.

అందరూ ఫైన్ అంది ఖుషి,

థాంక్స్ ఖుషి ఫర్ కాలింగ్ మీ అంది సప్త,

నో, నో, ఇట్స్ మై ప్లెజర్ అంది ఖుషి.

ఇంతలో స్నానం ముగించుకుని వస్తున్న కార్తీక్ ని చూసి.. సప్త, "Hey ఖుషి డు యు రిమెంబర్ karthik అన్నయ్య అంది". ఈ రోజు

karthik అన్నయ్య బర్త్ డే, హి ఈస్ హియర్, విష్ హిమ్ అంది, Saptha.

"కార్తీక్ కి ఏమీ అర్ధం కాలేదు, ఎవరు అన్నాడు?". నా ఫ్రెండ్ అన్నయ్య ముంబై, అదే ఖుషి రా అంది Saptha. కార్తీక్ కి మనసులో 1000 బెల్స్ ఒక్కసారి మ్రోగిన ఆనందం, అయినా చెల్లికి వాళ్ళ ప్రేమ గురించి ఏమి తెలియదు, So ఏమీ తెలియనట్లు manage చేస్తూ ఎవరు రా అన్నాడు Kartheek, "అదే రా ఖుషి హిందీ అమ్మాయి అంది సప్త," అప్పుడే గుర్తుకు వచ్చినట్లు ఓ ఆ అమ్మాయి! అన్నాడు కార్తీక్.

అవును అన్నయ్య ఇదిగో నీ బర్త్ డే కదా విష్ చెయ్యమన్నాను మాట్లాడు అంది, ok అని ఫోన్ తీసుకున్నాడు, "హలో ఖుషి జీ అన్నాడు", "Once again Happy Birthday darling అంది",

"ఓ, థాంక్యూ జీ, ఆప్ ఖైసహో, అవుర్ ఆప్ క Family ఖైసహై అన్నాడు,"

"ఊహు" ఐ లవ్ యు డార్లింగ్ అంది ఖుషి"

"ఏమి మాట్లాడ లేక పక్కన నుంచున్న చెల్లిని చూస్తూ ఓ దట్స్ గ్రేట్ అని, అభి హౌ ఇస్ అంకుల్ హెల్త్ కండిషన్ అండ్ ఆంటీ అన్నాడు",

"ఎస్ థెయ్ అర్ ఫైన్ బట్ I am నాట్ ఫైన్ వితౌట్ యు, Never డంప్ యువర్ Landline అంది ఖుషి.., అంటూనే సారీ Birthday Boy.. ఐ లవ్ యూయూయూయూ అంది Naughty గా, సప్త పక్కనే ఉంది అని గెస్ చేసి కార్తీక్ ను బాగా ఏడిపించింది Kushi."

"త్రీ ఇయర్స్ తరువాత తన ప్రేయసి తో మాట్లాడుతుంటే కార్తీక్ కు పిచ్చి పట్టేస్తుంది, బట్ ఇంట్లో ఎవరికీ తెలియకుండా మేనేజ్ చెయ్యలేక సతమతమౌతూ ఖుషి చిలిపి అల్లరి గురించి తెలిసి,ఫోన్ ఇంకా ఎక్కువసేపు మాట్లాడితే చెల్లి ఎక్కడ డౌట్ వస్తుందో అన్న భయం తో చెల్లికి ఇస్తున్నాను అని ఫోన్ సప్త కి పాస్ చేసాడు."

సప్త ఫోన్ తీసుకుని ఖుషి ఏమీ అనుకోకు వాడు అస్సలు అమ్మాయిల తో మాట్లాడడు, చూసావా ఇప్పుడు కూడా చాలా నెర్వస్ అవుతున్నాడు అంది, "అటువైపు లైన్ లో వున్న ఖుషి ముసి, ముసి నవ్వులు నవ్వుకుంది." తరువాత సప్త ఖుషిని అందరితో మాట్లాడించింది, సప్త బెస్ట్ ఫ్రెండ్ గా ఖుషి అందరికి తెలుసు. Ok సప్త ఇంక వుంటాను మళ్ళీ కాల్ చేస్తాను అంది ఖుషి. Hey వన్ మినిట్ ఇంతకి నా నంబర్ ఎలా తెలిసింది అంది సప్త?, 'గెస్ చెయ్యి అంది ఖుషి'. "వెంటనే నా ఫేస్ బుక్ లో చూసివుంటావు అంది saptha, But "you Don't have FB అంది saptha". "నో నో అది అప్పుడు ఇప్పుడు నాకు ఎఫ్.బి వుంది, నీకు రిక్వెస్ట్ పంపుతున్నా. Dont forget to add me అంది ఖుషి". "So నీ కొత్త Pictures వున్నాయ U.S పిక్ కూడ ఉందా అంది సప్త", "యెస్ వున్నాయి andi Kushi", "అయితే ఇదిగో ఇప్పుడే యాడ్ చేస్తాను ani", Ok దెన్ బై, టేక్ కేర్, అని ఫోన్ పెట్టేసి, వెంటనే తన FB ఓపెన్ చేసింది సప్త".

ఖుషి శర్మ అని వున్న FB రిక్వెస్ట్ ఎక్సెప్ట్ చేసింది, ఇదంతా ఏమీ తెలియదన్నట్లు కార్తీక్ అబ్సర్వ్ చేస్తూనే వున్నాడు. ఇంత లో wow, oh, my god అమ్మా నువ్వు ఖుషి ని ఎప్పుడు చూడలేదు గా ఇదిగో చూడు అని FB లో ఫోటోస్ ను వాళ్ళ అమ్మకు చూపించింది Saptha.

సప్త వాళ్ళ అమ్మ, "అబ్బా చాలా బాగుందే అమ్మాయి, కుందనపు బొమ్మలాగా వుంది, ఇలాంటి అమ్మాయి కార్తీక్ కూడా దొరికితే బాగుండును అంది". అమ్మా ఎప్పుడూ ఇంతే నువ్వు అంది సప్త. తరువాత వాళ్ళ వదినకి చూపించింది వావ్ మూవీ హీరోయిన్ లాగా వుంది అంది వాళ్ళ వదిన, తను నార్త్ ఇండియన్ కదా అందుకే అంత బాగుంటుంది అంది సప్త. ఇదంతా వంటగదిలో డిస్కర్సన్ జరుగుతుంటే ఏమీ ఎరుగనట్లు పక్కన డైనింగ్ రూం లో నుండి అబ్సర్వ్ చేస్తూ, తన ప్రియురాలిని పొగుడుతుంటే మురిసి పోతున్నాడు కార్తీక్, ఇంకో పక్కన తను ఎప్పుడెప్పుడు ఫొటోస్ చూద్దామా అని వెయిట్ చేస్తూ,ఇన్ని రోజులు తనకు FB అకౌంట్ లేనందుకు తనని తాను తిట్టు కున్నాడు.

ఇంతలో "సప్త" అని వాళ్ళ నాన్న గారు పిలవడంతో, "అన్నయ్య మొబైల్ పట్టుకో, ఇప్పుడే వస్తాను అని హడావిడిగా Mobile ను Kartheek చేతికి ఇచ్చి వెళ్ళింది.

ఇంతలో ఖుషి ఫేస్ క్లోసప్ గా కనిపించింది ఒక ఫోటో, అది చూసి కార్తీక్ కళ్ళల్లో నీళ్ళు తిరిగాయి. అమ్మ చెప్పినట్లు ఈ కుందనపు బొమ్మన నేను 3 ఏళ్లుగా బాధపెట్టి, నాకు దూరం చేసుకున్నాను అనుకుని, "ఖుషి ఇంకెప్పుడు నిన్ను బాధపెట్టను, నిన్ను నా జీవితంలో నుండి దూరం చేసుకోను అని అనుకున్నాడు" Kartheek.

ఇంతలో కార్తీక్ టిఫిన్ అయ్యిందా, పాయాసం తెస్తాను, తిని గుడికి వెళ్ళు... నాన్నా!, అంటు వాళ్ళ అమ్మ వంటగదిలో నుండి పిలిచింది. అలాగే అమ్మా అని, ఫోన్ వైపు నుండి కళ్ళు తిప్పలేక పోయాడు.

"అన్నయ్య ఫోన్ అంటూ సప్త రవటంతో", ఫోన్ చెల్లికి ఇచ్చాడు. //కార్తీక్ దేవుడుని నమ్ముతాడు కానీ మరీ ఎక్కువగా ఫాలో అవ్వడు అందుకే గుడికి వెళ్ళే ముందు టిఫిన్ చేసేసి అప్పుడు టెంపుల్ కి బయలు దేరాడు.

కార్తీక్ వాళ్ళ ఇంటి నుండి గుడి 10.కి.మీ కార్ లో అయితే 20. min అంతే... గుడికి వెళ్ళేదారిలో వాళ్ళ అమ్మ చెప్పినట్లు ఒక కొబ్బరికాయ కొన్నాడు. ఇంతలో ఖుషి ఆలోచనలు అతనిని ఆనందంలో ముంచి ఎత్తుతున్నాయి. అలా ఖుషి గురించి ఆలోచిస్తూ వుండగానే ఒక పెద్ద ముఖద్వారం కనిపించింది దానిపైన "సర్వేజనా సుఖినో భవంతు" అని రాసి వుంది.

ఆ ముఖద్వారం దగ్గర ఒక వ్యక్తి చిన్న పుస్తకంలో నుండి ఒక స్లిప్ చింపి ఇచ్చి, సార్ పార్కింగ్ కి 20/- అన్నాడు. వెంటనే కార్తీక్ 20/- ఇచ్చి స్లిప్ తీసుకుని తన పర్సులో పెట్టి కార్ ను పార్కింగ్ స్పాట్ లో పార్క్ చేసాడు. చెప్పులు కారులోనే వుంచి, కొబ్బరికాయ ను తీసుకుని కారు నుండి దిగి, కార్ లాక్ చేసాడు.

ఎదురుగా 5 పైపులు నుండి నీళ్ళు ధారాళంగా వస్తున్నాయి, గుడికి వచ్చిన వారంతా అక్కడ కాళ్ళు కడుక్కుని గుడిలోనికి వెళ్ళుతున్నారు. కార్తీక్ కూడా ఆ పైపుల వద్దకు వెళ్ళి తన కాళ్ళ ను కడుగుకొని, కొన్ని నీళ్ళు తన నెత్తి పైన చల్లుకుని గుడిలోనికి ప్రవేశం అని రాసి వున్న బోర్డు వైపు నడవ సాగాడు. అది ఆంజనేయస్వామి గుడి, "శ్రీ మద్ది ఆంజనేయస్వామి" వారు స్వయంగా అందులో వెలిసారు అని అందరూ నమ్ముతుంటారు. అందుకే కార్తీక్ పర్టిక్యులర్

గా ఆగుడికి వచ్చాడు. కార్తీక్ కు ఒకసారి ఖుషి చెప్పిన మాటలు గుర్తుకు వచ్చాయి. "రాముడు – సీతమ్మ" ని కలపడానికి ఆంజనేయస్వామి చాలా సాయం చేసాడు. అందుకే నిజంగా ప్రేమించుకునే వారికి ఆంజనేయస్వామి ఎప్పుడు సాయం చేస్తాడు అని ఖుషి నమ్ముతుంది. అది గుర్తు తెచ్చుకుని కార్తీక్ ఆనందంగా గుడిలోకి వెళ్ళి “శ్రీ మద్ది ఆంజనేయస్వామి” వారిని దర్శనం చేసుకుని, "మనసులో స్వామీ! ఖుషిని, నన్ను మళ్ళీ తిరిగి కలిపినందుకు థాంక్స్. ఖుషి ఇంకా నేను, నీపైన పెట్టుకున్న నమ్మకాన్ని నిలబెట్టావు, చాలా థాంక్స్ స్వామి అనుకున్నాడు. గుడిచుట్టు 7 సార్లు ప్రదక్షిణలు చేసి కొబ్బరికాయ కొట్టి, మళ్ళీ స్వామిని దర్శించుకున్నాడు. తరువాత గుడి ప్రాంగణంలో ప్రశాంతంగా వున్న ఆ వాతావరణం లో కూర్చుని తన ప్రేయసి జ్ఞాపకాలలో లీనమై పోయాడు కార్తీక్.

*******

ముంబై, మూడు సంవత్సరాల క్రితం...

చెల్లిని తనతో పాటు ముంబై ఫస్ట్ టైమ్ తీసుకు వచ్చి, తను ఆఫీస్ కు వెళ్ళిపోయాడు. డే మొత్తం ఇంట్లో రెస్ట్ తీసుకుని అలసిపోయిన సప్తకు ఈవినింగ్ పిల్లల అరుపులు, కేరింతలు వినిపించాయి. So, సప్త కార్తీక్ కు ఫోన్ చేసి అన్నయ్య కింద పిల్లలు ఆడుకుంటున్నారు, నేను వెళ్ళి కొంచెం సేపు కూర్చుని వస్తాను అంది. కార్తీక్ చెల్లికి బోర్ కొడుతుంది అని అర్థం చేసుకొని "సరే వెళ్ళు అన్నాడు". ఎందుకంటే కార్తీక్ ఇంటికి వెళ్లేసరికి టైం ఈజీగా 8.30 అవుతుంది. So, ఇప్పుడు టైం 5.00 అవుతుంది అనుకున్నాడు.

ఇంక వెంటనే సప్త Bye అన్నయ్య అని ఫోన్ కట్ చేసి, ఫాస్ట్ గా డ్రెస్ చేంజ్ చేసుకుని కింద వున్న పార్కుకి వెళ్ళింది. అందరూ చిన్న చిన్న పిల్లలు వాళ్ళ తల్లులు. పిల్లలను ఆడిస్తూ తల్లులు అందరూ Busy, So సప్త ఒక్కతే కూర్చుని ఆడుకునే పిల్లలను చూస్తూ ఎంజాయ్ చేస్తుంది. మిగిలిన బెంచిల మీద అందరూ పెద్దవాళ్ళు, అంటిలు కూర్చుని కబురులు చెప్పుకుంటున్నారు.

అలా ఒక అరగంట గడిచాక, సప్త పక్కన ఒక అమ్మాయి, వచ్చి కూర్చుంది. ఆ అమ్మాయిని చూసి సప్త నవ్వింది, ఆ అమ్మాయి కూడా తిరిగి నవ్వి "హాయ్...?" అని ప్రశ్నార్థకంగా ఫేస్ పెట్టింది. ఇంతలో సప్తకు అర్థం అయ్యి, hi, మేరా నామ్ సప్త! మే నయ ఆయ హుం! అంది. Ok అయామ్ ఖుషి, Hey, నైస్ మీటింగ్ యు అని షేక్ హాండ్ ఇచ్చింది, ఆ అమ్మాయి.

ఇంక ఇద్దరూ హిందీ లో మాట్లాడుకోవడం మొదలు పెట్టారు. అప్పుడే పరిచయం ఐనా కూడా ఇద్దరు ఎన్నో జన్మల నుండి పరిచయం ఉన్నవారి లాగా కలిసిపోయారు అందుకోక రీసన్ ఉంది, అది ఏమిటంటే ఇద్దరు వెళ్ళేది ఒకే ఇన్స్టిట్యూట్ అండ్ తీసుకునేది కూడా ఒకే కోచింగ్. ఇంకా ఆలా రోజు ఖుషి అండ్ సప్త పార్క్ లో కలుసుకోవటం వాకింగ్ చేస్తూ ఇద్దరు ఒకరి ఫామిలీ గురించి ఒకరు తెలుసుకున్నారు. సప్త thanaku kartheek అన్నయ్య అంటే తనకు ప్రాణమని తాను చలా simple గా ఉంటాడు అని అమ్మయ్యేలతో మాట్లాడటం అస్సలు రాదని చెప్పింది. ఆ మాటలకూ ఖుషి నవ్వుతు అదేంటి మీ బ్రదర్ అంత పెద్ద జాబ్ చేస్తూ.,, అమ్మాయిలతో మాట్లాడటానికి మొహమాటం అయ్యితే ఆఫీస్ లో colleagues తో ఉండటం ప్రాబ్లెమ్ కదా, అని అడిగింధి. దానికి సప్త "ఒకసారి Hyderbad లో office లో family party కి వాళ్ళ అన్నయ్యతో కలిసి సప్త వెళ్తే, అందరు కార్తీక్ ku అమ్మయ్యేలతో మాట్లాడటం ట్రైనింగ్ ఇప్పించమని ఏడిపించారు" అని చెప్పింది. తరువాత సప్త, ఖుషినీ తన గురించి చెప్పమన్నది! దానికి ఖుషి తనకి సప్త లాగే ఇద్దరు అన్నయ్యలని, వాళ్ళ అన్నయ్యలకి తనకి మధ్య ఏజ్ గ్యాప్ 10 years అని start చేసింది,. "appudu సప్త అడిగింది అంత ఏజ్ గాప్ ఎందుకు అని"?, అప్పుడు "ఖుషి వాళ్ళ అన్నయ్య లు పుట్టాక ఇంకా ఆడపిల్ల కావాల్సిందే అని ఖుషి వాళ్ళ నానమ్మ అనటం తో ఇంకా పిల్లలు పుట్టరు అనుకున్న టైం లో ఖుషి వాళ్ళ అమ్మ కడుపునా పడిందని చెప్పింది". So, "తను అంటే వాళ్ళ ఇంట్లో చాలా గారాభం అని చెప్పింది".

ఇంకా ఆలా ఇద్దరు Best ఫ్రెండ్స్ అయ్యిపోయారు. ఖుషి వాళ్ళ అమ్మ కూడా అప్పుడప్పుడు సప్తాని పార్క్ లో కలుస్తూ ఉండేది. ఆలా ఒకరోజు సప్తాని ఖుషి వాళ్ళ amma ఇంటికి లంచ్ కి Invite చేసింది, "నో సప్త వాళ్ళ కార్తీక్ అన్నయకు చెప్పి ఖుషి వాళ్ళ ఇంటికి లంచ్ కి వెళ్ళింది".

"ఖుషి వాళ్ళ ఇల్లు చూసి సప్త woww soo బ్యూటిఫుల్ చాల బాగా డెకరేట్ చేసారు ఆంటీ ఇంటిని అంది". దానికి ఖుషి వాళ్ళ అమ్మ మొత్తం ఇంటీరియర్ సెలక్షన్ అండ్ Decoration అంత ఖుషి దే అని, వాళ్ళు సొంత ఇల్లు కొనుక్కునే సరికి, ఖుషి వాళ్ళ ఇద్దరు అన్నయ్యలు యూ.స్ వెళ్లిపోయారని ఇంకా అంత ఖుషి అండ్ వాళ్ళ డాడీ నే చూసుకున్నారు అని చెప్పింది. దానికి ఖుషి "మమ్మీ ఓకే చెప్పావుగా ఇంకా మమ్మల్ని వదిలై మేము సరదాగా అన్ని మాట్లాడుకుంటాము అంది". ఓకే అని ఖుషి వాళ్ళ మమ్మీ ఒంట గదిలోకి వెళ్ళిపోయింది.

ఖుషి,"sapthaa తో వాళ్ళ అన్నయ్య లు ఇద్దరు డాక్టర్స్ అని US లో చాల బిజీ గా ఉండటం వల్లా ఇండియాకి 3 Or 4 ఇయర్స్ కి ఒకసారి మాత్రమే వస్తారు వచ్చిన 3 Or 4 డేస్ ఉంటారని తరువాత వాళ్ళ అత్తగార్ల ఇంటికి వెళ్లి మళ్ళీ ఒక 3 డేస్ లో US వెళ్ళిపోతూ ఉంటారని చెప్పి, వాళ్ళ అన్నయ్యలు ఎంత ఫోర్స్ చేసిన ఖుషి వాళ్ళ డాడీ కి మాత్రం ఇండియా లోనే ఉండటం ఇష్టం, అందుకే తాను వాళ్ళ పేరెంట్స్ ఇండియా లోనే ఉంటున్నారని చెప్పింది". అందుకే అన్నయ్య వాళ్ళు గుర్తుకు వస్తే మామ్ ఏడుస్తారని తాను టాపిక్ దివెర్త్ చేశాను అని చెప్పింది.

తరువాత Kushi తన రూమ్ లో వున్న తనకు ఇష్టమైన టెడ్డి బేర్స్ అండ్ మంచి పెయింటింగ్స్ చూపించింది. ఆ పెయింటింగ్స్ లో ఒకటి సప్తకు చాలా నచ్చింది అని, అది ఎక్కడ కొన్నావో అని అడిగింది. అప్పుడు ఖుషి ఆ పెయింటింగ్ తనే వేసానని, వాళ్ళ Friendship కిగుర్తుగా సప్తని తీసుకోమని చెప్పింది. సప్త ఫస్ట్ ఖుషిని చాలా అప్రిషియేట్ చేసింది. అలాగే వాళ్ళ Friendship కి గుర్తుగా ఇచ్చిన గిఫ్ట్ ను కాదనలేక పోయింది. అండ్ ఖుషి తనకు కుట్లు అల్లికలు కూడా బాగా వచ్చు అని చెప్పటం తో సప్త చాలా ఇంప్రెస్ అయ్యింది.

వాళ్ళు మాట్లాడుకుంటూ వుండగా ఖుషి వాళ్ళ అమ్మ బేటా లంచ్ రెడీ, తినమని పిలిచింది, దానితో సప్త అస్సలు Lunch తిన lenu అని ఎంత చెప్పిన ఖుషి వాళ్ళ Amma వినలేదు, తను కూడ వాళ్ళ కూతురు లాంటిదే అని ఫోర్స్ చెయ్యటం తో సప్త లంచ్ ఖుషి వాళ్ళ ఇంట్లో చేసింది. ఖుషి వాళ్ళ అమ్మ మాత్రం వాళ్ళ Husband వచ్చేవరకు వెయిట్ చేసి, వాళ్ళు కలిసి తిన్నారు. అందరి భోజనాలు అయ్యాక సప్త వాళ్ళు ఫ్లాట్ కు వెళ్ళిపోయింది.

మళ్ళి ఈవ్ నింగ్ వాక్ లో సప్త అండ్ ఖుషి కలిసారు. తరువాత కార్తీక్ ఎప్పుడొస్తాడ అని వెయిట్ చేసి వాళ్ళ అన్నయ్య రాగానే, తన ఫ్రెండ్ ఖుషి గురించి, వాళ్ళ family గురించి చెప్పింది. కానీ కార్తీక్ కు వర్క్ ఎక్కువగా వుండటంతో చెల్లి మాటలు వింటూనే చైర్ లో నిద్రపోయాడు. చెల్లి లేపి వెళ్లి గదిలో పడుకోమని చెప్పటం తో చెల్లికి గుడ్ నైట్ చెప్పి వెళ్ళి పడుకున్నాడు.

Next day morning రెడీ అయ్యి చెల్లిని IMS లో డ్రాప్ చేస్తాను రమ్మన్నాడు, కానీ సప్త తను, తన ఫ్రెండ్ ఖుషి కలిసి క్లాస్ కి వెళతాము అని చెప్పింది. so కార్తీక్ ఆఫీస్ కి వెళ్ళిపోయాడు. అలా ఒక రెండు వారాలు గడిచాక ఒక రోజు సండే, కార్తీక్ ఒక బ్లాక్ కలర్ షర్ట్ ను చెల్లి రూమ్ కి తీసుకు వచ్చాడు, అది చూడగానే సప్త అన్నయ్య షర్ట్ వాష్ చెయ్యాల అని అడిగింది. కాదురా ఈ షర్ట్ గుర్తుందా అని అడిగాడు. అప్పుడు సప్త, గుర్తుంది అన్నయ్య లాస్ట్ ఇయర్ నేను నీకు రాఖీకి గిఫ్ట్ గా ఇచ్చాను అంది. అవును రా, ఇది వన్ ఆఫ్ మై ఫేవరేట్ షర్ట్ కానీ, లాస్ట్ వీక్ క్రికెట్ ఆడటానికి వేసుకెళ్ళి తే ఈ పాకెట్ దగ్గర చిరిగిపోయింది అన్నాడు.

ఓ.... అయిన ఈ షర్ట్ వేసుకుని క్రికెట్ ఏంటి అన్నయ్య అంది.

కాదురా లేవగానే లేట్ అవుతుందని ఎదురుగా Hanger కుంటే వేసుకెళ్ళాను అన్నాడు బాధగ. దానితో కార్తీక్ ఫీల్ అవుతున్నాడు అని కనిపెట్టి సప్త ఇట్స్ ఓకే అన్నయ్య పోనీలే వదిలేయ్ అంది. కానీ కార్తీక్ కు అది చెల్లి ఇచ్చిన షర్ట్ కావడంతో, లేదురా దీనిని ఏదోలాగా సెట్ చెయ్యి అని అడిగాడు. కానీ సప్తకు పెద్దగా కుట్లు, అల్లికలు రావు, కానీ అన్నయ్య కోసం, సరే అక్కడ పెట్టు ఏదో ఒకటి చేద్దాం అంది.

తరువాత, అన్నయ్య మరిచిపోయాను, ఈ రోజు నా ఫ్రెండ్ ఖుషిని లంచ్ కి పిలిచాను, ప్లీజ్ అన్నయ్య ఏదైనా మంచిగా వంట చెయ్యి నేను హెల్ప్ చేస్తాను అంది. సరే, చికెనా, మటనా, ఏమి చెయ్యను, అనగానే అన్నయ్య అది పూర్తి వెజిటేరియన్ రా అంది. అయితే పప్పు చేసేస్తాను అన్నాడు. ఓకే అలాగే నేను బెండకాయ ఫ్రై

చేస్తాను అంది సప్త. నువ్వా! అని ఆశ్చర్యంగా అనడంతో, అమ్మని అడిగి చేస్తాను లే అన్నయ్య అంది. మీ ఫ్రెండ్ పాపం అని నవ్వుకుని వెళ్ళిపోయాడు.

బ్రెడ్ ఆమ్లెట్ బ్రేక్ ఫాస్ట్ చేసారు కార్తీక్ & సప్త. తరువాత కార్తీక్ క్రికెట్ ఆడటానికి వెళ్లి, ఒక గంట తరువాత వచ్చి, చెల్లికి ఇచ్చిన మాట ప్రకారం పప్పు, రైస్, రెండు వండేసాడు. ముందుగానే సప్త వాళ్ళ అమ్మను అడిగి ఎలాగో తంటాలు పడి బెండకాయ ఫ్రై చేసింది. కార్తీక్ వంట అవ్వగానే బాత్ చేసాడు. ఆ రోజు సండే అవ్వడంతో చెల్లి నేను కొంచెం సేపు పడుకుంటాను, నీ ఫ్రెండ్ వస్తే నువ్వు, తను కలిసి భోజనం చేసెయ్యండి అని చెప్పాడు. ఓకే అన్నయ్య అంది సప్త. తరువాత 12.30 కి సప్త, ఖుషి వాళ్ళ లాండ్ లైన్ కి కాల్ చేసి ఖుషి ని త్వరగా రమ్మని చెప్పింది. 1:00 కి ఖుషి వచ్చి డోర్ బెల్ కొట్టింది. సప్త వెళ్ళి డోర్ ఓపెన్ చేసి ఖుషిని లోపలికి ఇన్వైట్ చేసింది. అప్పటికే వాళ్ళు బెస్ట్ ఫ్రెండ్స్ అవ్వటంతో పెద్ద ఫార్మాలిటిస్ వద్దు అని ఖుషి సప్తకి చెప్పింది.

సప్త ఖుషిని తన రూమ్ కు తీసుకెళ్ళి అన్ని చూపిస్తుంటే, ఖుషి సప్తాను తన రూమ్ చాలా బాగా డెకరేట్ చేసుకుంది అని కాంప్లిమెంట్ ఇచ్చింది. అప్పుడు సప్త తన రూమ్ ని వాళ్ళ అన్నయ్య కార్తీక్ డెకరేట్ చేసాడు అని చెప్పింది. ఖుషి వేరీ Impressive అని స్మైల్ ఇచ్చి, వాళ్ళ అన్నయ్య ఇంట్లో లేడా అని అడిగింది. సప్తా, వాళ్ళ అన్నయ్య నిద్రపోతున్నాడ ని ఫుల్ టైడ్ అయ్యాడని, వంట కూడా చేసాడు అని చెప్పడం తో ఇద్దరు నవ్వుకున్నారు.

మాటల మద్యలో సప్తా వాళ్ళ అన్నయ్య కార్తీక్ షర్ట్ ఎదురుగా వుండటం చూసి ఏదో గుర్తు వచ్చినట్లుగా, "ఖుషి ఇది మా అన్నయ్య ఫేవరేట్ షర్ట్ బట్ ఇక్కడ పాకెట్ దగ్గర చిరిగి పోయింది. నీకు కుట్లు అల్లికలు బాగా వచ్చు కదా, దీనిని ఏమైనా చేసి సెట్ చెయ్యమని రిక్వెస్ట్ చేసింది. ఖుషి ఆ షర్ట్ ని ఒక కవర్ లో పెట్టి ఇవ్వమని అడిగింది. తను వెళ్ళేటప్పుడు తీసుకుని వెళ్ళి ఏమైనా డిజైన్ ట్రై చేస్తాను. బట్ గారేంటి ఇవ్వలేను అని చెప్పింది. ఎట్ లీస్ట్ ట్రై చై, వర్క్ అవుట్ అవ్వకపోతే లైట్ తీసుకోమని సప్త చెప్పింది. అలా 1 గంట మాట్లాడుకుని 2'O clock గంటలకి భోజనం chesaru. వాళ్ళ భోజనం అయ్యేసరికి కార్తీక్ నిద్రలేచి ఫేస్ వాష్ చేసుకుని, హాల్లో వున్న సప్త కి, ఖుషి ki హాయ్ చెప్పి తను కూడ భోజనం ప్లేట్ లో పెట్టుకుని తన బెడ్ రూమ్ కి వెళ్ళిపోయాడు.

కొంచెం సేపటి తరువాత ఖుషి కూడ, సప్త వాళ్ళ అన్నయ్య షర్ట్ తీసుకుని, ఖుషి వాళ్ళ ఇంటికి వెళ్ళిపోయింది. 3 డేస్ తరువాత ఖుషి ప్రతి రోజులాగా సప్తను క్లాస్ లోకలిసి ఈవినింగ్ తను సప్త వాళ్ళ ఇంటికి వస్తాను అని చెప్పింది. ఈవినింగ్ '5' కి ఖుషి, సప్త వాళ్ళ ఇంటికి ఒక కవరు తో వచ్చింది. సప్త కవర్ లో ఏంటి అని అడిగేలోపే ఖుషి వాళ్ళ అమ్మ గారు సప్త కోసం స్వీట్ పంపారు అని ఒక స్వీట్ బాక్స్ ఇచ్చింది. అలాగే మీ అన్నయ్య షర్ట్ కూడా కుట్టాను అని చెప్పి సప్తకు ఇచ్చింది.

సప్త చాలా సంతోషంగా షర్ట్ ని ఖుషి ఎలా modify చేసిందో చూడటానికి షర్ట్ ఓపెన్ చేసి షాక్ కి గురైంది. "ఖుషి అస్సలు షర్ట్ చిరిగింది అంటే ఎవ్వరు నమ్మరు చాలా బాగా కుట్టావు, ఈ లెటర్ ని "k" అని చాలా బాగా కుట్టావు. k- కార్తీక్ వేరీ నైస్, దాంక్యు ఖుషి ఇది

మా అన్నయ్య ఫేవరేట్ షర్ట్, థ్యాంక్యు, థ్యాంక్యు సోమచ్ అంది. ఖుషి నవ్వి ఇట్స్ ఓకే yar అంది. అలా ఖుషి, సప్త బాగా బెస్ట్ ఫ్రెండ్స్ అయ్యారు.

ఒక 1 1/2 మంత్ గడిచాక ఒక రోజు, సప్త, ఖుషి ఈవినింగ్ వాకింగ్ చేస్తున్నప్పుడు.., "ఖుషి, నేను దివాలికి మా ఊరు వెళ్ళుతున్నాను, ఒక week వుంటాను, కానీ నువ్వు నాకు హెల్ప్ చెయ్యాలి అంది. ఏమి హెల్ప్ చెప్పు సప్త. ఏ హెల్ప్ అయిన చేస్తాను అంది ఖుషి. నేను ఈ ఫ్రైడే ఈవినింగ్ ట్రైన్ కి వూరు వెళ్తున్న, బట్ మా అన్నయ్య కి లీవ్ దొరకలేదు, so అన్నయ్య Tuesday బయలుదేరుతాడు, తరువాత Friday కార్తీక్ అన్నయ్యకి పెళ్ళి చూపులు చూసుకుని, Sunday ఇద్దరం కలిసి రిటర్న్ ముంబై వచ్చేస్తాము. అందుకే ఈ స్పేర్ కీ నీ దగ్గర పెట్టుకుని అన్నయ్య వచ్చేవరకు కొంచెం మొక్కలకు నీళ్ళు పోస్తావా? మేము వచ్చేసరికి వాటర్ లేకపోతే Plants ki కష్టం అంది సప్త.

అప్పటికే ఖుషి మొహం లో ఏదో తెలియని మార్పు, ఆమె గుండె వేగంగా కొట్టుకుంటుంది. ఆమెకు కూడ తెలియని ఏదో భాద ఇంతలో సప్త, ఖుషిని కదిలిస్తూ ఖుషి ఏమైంది, అని అడిగింది. ఖుషి ఉలిక్కి పడి అందులో ఏముంది కచ్చితంగా వాటర్ పోస్తాను అని Key తీసుకుంది. Ok, ఖుషి రేపు ఈవినింగ్ నా ట్రైన్ ఇంకా ప్యాకింగ్ చేసుకోవాలి, బై అని చెప్పింది సప్త, "ok బై అని ఖుషి వెంటనే తన ఫ్లాట్ కి వెళ్ళి పోయింది, తన బెడ్ రూమ్ లోపల కి వెళ్ళి డోర్ వేసుకుంది".

ఆ రోజు నైట్ ఖుషిని భోజనం చెయ్యమని వాళ్ళ అమ్మ నాన్న ఎంత బ్రతిమాలిన ఖుషి భోజనం చెయ్యలేదు. Next day IMS క్లాస్ కి కూడా వెళ్ళలేదు. ఖుషి వాళ్ళ అమ్మ అడిగితే తనకు తల నొప్పిగా వుందని చెప్పింది ఖుషి. Friday సప్తను కార్తీక్ ట్రైన్ ఎక్కించాడు. సప్త, ఖుషి క్లాస్ కి రాకపోవడం తో ట్రైన్ ఎక్కగానే ఖుషి వాళ్ళ లాండ్ లైన్ కి కాల్ చేసింది. ఖుషి ఫోన్ ఎత్తి తనకు వంట్లో బాగోలేక క్లాస్ కి రాలేదని, సప్తకు Sendoff ఇవ్వలేకపోయాను అని చెప్పింది. పరవాలేదు ఇట్స్ ఓకే అని, ఖుషిని బాగా రెస్ట్ తీసుకోమని ఫోన్ కట్ చేసింది Saptha.

Saturday ఈవినింగ్ ఖుషికి జ్వరంగా వుండటంతో ఖుషి వాళ్ళ అమ్మ ఖుషిని బాగా రెస్ట్ తీసుకోమని చెప్పి, ఖుషి వాళ్ళ అమ్మ, నాన్న సినిమాకి వెళ్ళారు. ఎందుకంటే ఆ వీకెండ్ మూవీ ప్లాన్ 2 వీక్స్ ముందే వుంది. ఖుషినే ఆన్ లైన్ లో తనకి, వాళ్ళ అమ్మ, నాన్న లకు టికెట్స్ కూడ బుక్ చేసింది. కానీ తనకి ఒంట్లో బాగోలేక పోవటం వల్ల తను రాలేనని వాళ్ళ అమ్మ, నాన్నలను మాత్రం మానకుండా మూవీ కి వెళ్ళమని ఫోర్స్ చెయ్యటం తో వాళ్ళు సినిమాకి బయలు దేరారు.

ఖుషి వాళ్ళ అమ్మకు ఖుషిని జ్వరంతో ఒక్క దానినే వదిలి వెళ్ళడం ఇష్టం లేదు బట్ ఖుషి బాగా ఫోర్స్ చెయ్యటం తో వాళ్ళ అమ్మ సినిమాకి వెళ్ళింది. "వెళ్ళగానే సినిమా థియేటర్ నుండి, ఖుషి కి కాల్ చేసింది లాండ్ లైన్ కి, ఖుషి మేము మూవీకి వచ్చేసాము, నువ్వు టేబుల్ పైన టిఫిన్ పెట్టాను అది తిని, టాబ్లెట్ వేసుకుని పడుకో, జ్వరం పెరిగినట్లు కాని, నీరసంగా కానీ వుంటే,డాడి ఫోన్ కి కాల్ చెయ్యి వెంటనే బయలుదేరి వచ్చేస్తాం అంది ఖుషి వాళ్ళ అమ్మ". 'అలాగే అమ్మ,కొంచెం సేపు నేను టెర్రస్ పైకి వెళ్ళి కూర్చుని వస్తాను అమ్మ,

జస్ట్ ఫర్ ఫ్రెష్ air అంది ఖుషి'. ఖుషి వాళ్ళ అమ్మ అయ్యో తల్లి వెళ్ళిరా, కొంచెం తలనొప్పి తగ్గుతుంది అంది. సరే అమ్మా, నా టెన్షన్ వదిలి ముందు మూవీ చూడు బై అని ఖుషి ఫోన్ పెట్టె సింది.

ఫోన్ పెట్టేసిన ఖుషి త్వర త్వరగా బాత్ రూమ్ కి వెళ్ళి ఫ్రెష్ గా స్నానం చేసింది, అంతే కాకుండా తనకు ఎంతో ఇష్టమైన డార్క్ మెరూన్ కలర్ చుడిదార్ వేసుకుని, మంచి స్ప్రే చేసుకుని, అద్దం ముందు ఆమె నిలబడి ఆమె పెదవులకి లిప్స్ స్టిక్ రాసుకుని, కళ్ళకు Eyeliner పెట్టుకుని, తన పొడువాటి సిల్కీ హెయిర్ ను దువ్వింది. తన రూమ్ లోకి వచ్చి తన House keys తీసుకుంది. వెళ్ళనా వద్దా, వెళ్ళాల వద్దా అని ఒక అరగంట ఆలోచించి, ధైర్యాన్ని అంతా కూడ గట్టికుని తన రూమ్ నుండి భయలుదేరి, ఇంటి భయటకు వచ్చి ఇంటికి తాళం వేసింది. చెప్పులు వేసుకుని లిఫ్ట్ భటన్ నొక్కి లిఫ్ట్ లో 7th floor కి వెళ్ళింది. అక్కడ నుండి టెర్రస్ మెట్లు ఎక్కి టెర్రస్ మీదకు వెళ్ళింది. అప్పటికి టైమ్ సరిగా 7.30 pm అయ్యింది. టెర్రస్ పైన వున్నా ఖుషికి నుదుట మీద చెమటలు పట్టాయి. ఎందుకో చాలా టెన్షన్ గా ఉంది, అక్కడికి వెళ్ళాలా, వద్దా అని ఆలోచిస్తూ మళ్ళీ ధైర్యం తెచ్చుకుని, ఖుషి వాళ్ళు వుండే Dionna Blocks అన్నీ కూడ టెర్రస్ ద్వారా ఇంటర్ Linked, అంటే Dionna A Block నుండి Dionna D block వరకు అన్నీ ఇంటర్ Linked. ఒక టెర్రస్ నుండి వేరే టెర్రస్ కి వెళ్ళి అక్కడి నుండి స్టెప్స్ ద్వారా వేరే block కి వెళ్ళవచ్చు. ఇలా చాలా సార్లు ఖుషి వాళ్ళ ఫ్లాట్ నుండి సప్త వాళ్ళ ఫ్లాట్ కు, అలాగే సప్తా కూడ వాళ్ళ బ్లాకు నుండి ఖుషి వాళ్ళ బ్లాక్ కు వెళ్తూ, వస్తూ వుండేవారు. అలాగే బాగా బోర్ అనిపించినప్పుడు, సప్త, ఖుషి వాళ్ళ

లాండ్ లైన్ కి కాల్ చేస్తే, ఖుషి, సప్త వాళ్ళ బ్లాక్ టెర్రస్ మీదకు వచ్చి గంటలు, గంటలు మాట్లాడుకునే వారు.

అదేవిధంగా ఆ రోజు కూడ తను వాళ్ళ బ్లాక్ టెర్రస్ నుండి సప్త వాళ్ళ బ్లాకు టెర్రస్ మీదకు వచ్చి అక్కడ నుండి సప్త వాళ్ళ ఫ్లాట్ కు వెళ్ళి, సప్త వెళ్తూ, వెళ్తూ ఖుషికి సప్త వాళ్ళ ఫ్లాట్ కీస్ ఇవ్వడంతో, ఖుషి ధైర్యం మొత్తం కూడ కట్టుకుని, సప్త వాళ్ళ ఫ్లాట్ Key ఓపెన్ చేసి లోపలకి వెళ్ళి డోర్ వేసింది. అంతేకాదు, డైరెక్ట్ గా వెళ్ళి కార్తీక్ బెడ్ రూమ్ Door ఓపెన్ చేసేసరికి, ఆ రోజు Saturday అవ్వడం వల్ల కార్తీక్ క్రికెట్ ఆడి అలసిపోయి, భోజనం లేటుగా చేసి నిద్రపోయాడు.

ఖుషి డోర్ ఓపెన్ చేసి నిద్రపోతున్న కార్తీక్ ను అలానే చూస్తూ వుండిపోయింది. తను ఎంతగానో ప్రేమించే కార్తీక్ ను అంత దగ్గరగా చూడటం అదే మొదటి సారి. బెడ్ లాంప్ వెలుగులో కార్తీక్ ఫేస్ క్లియర్ గా లేదు అయినా ఎన్నో నెలలుగా కార్తీక్ కు తెలియకుండా, కార్తీక్ ను తన ప్రాణంగా ప్రేమిస్తుంది, ఆ విషయం ఎలాగైన కార్తీక్ కు చెప్పాలి అని ఖుషి వచ్చింది, లేకపోతే కార్తీక్ కు, Next Week పెళ్ళిచూపులు వున్నాయి అని సప్త చెప్పినప్పటి నుండి ఖుషి కి నిద్ర, ప్రశాంతత రెండు కరువయ్యాయి.

ఇక్కడ వరకు వచ్చాక ఇక లేట్ చెయ్యకూడదు అని అనుకుని డైరెక్ట్ గా వెళ్ళి కార్తీక్ పక్కగా పడుకుంది. ఖుషి చేతులు చల్లగా మారిపోయాయి, నుదుట పైన చెమటలు పట్టాయి. అయినా ఖుషి ఊపిరి గట్టిగా బిగించుకుని, ఖుషి తన తలను కార్తీక్ గుండె పైన నెమ్మదిగా వాల్చింది. కార్తీక్ గాఢ నిద్రలో వుండటం వల్ల వెంటనే

మెలకువ రాలేదు. చిన్నగా మెలకువ తెచ్చుకో బోతుండగా, కార్తీక్ అని ఒక తియ్యటి స్వరం అతని చెవులను తాకినట్లు అయ్యింది. కార్తీక్ వెంటనే నిద్రలో నుండి భయటకు రావటానికి ప్రయత్నిస్తూ, అది కల, నిజమా అని ఒక సందిగ్ధంలో వున్నాడు.

అంతలో మళ్ళీ కార్తీక్ "యే జాగ యే దిల్ కిసికో మత్ దేనా" అని ఒక తియ్యటి మాట కార్తీక్ కు వినిపించింది. కార్తీక్ షాక్ అయ్యి కళ్ళు తెరచి చూసేసరికి తన గుండెల పైన ఒక అమ్మాయి, ఏమి అర్థం కాలేదు, కార్తీక్ కు, ఇంతలో ఆ అమ్మాయి, I Love you కార్తీక్, I Love you" అని చెప్పింది. అంతే ఆమె కళ్ళల్లో నుంచి జారిన కన్నీళ్ళు అతని గుండెను తాకాయి. ఆ కన్నీళ్ళు కార్తీక్ ను తాకగానే, కార్తీక్ ఒక్కసారిగా లేచి కూర్చునే ప్రయత్నం చెయ్యగానే, ఖుషి వెంటనే లేచిపోయి, హాల్లోకి పరుగెత్తింది, వెంటనే కార్తీక్ కూడ ఆమె వెంట వెళ్ళాడు. ఆమె మెయిన్ డోర్ దగ్గరకు వెళ్ళి డోర్ ఓపెన్ చెయ్యబోతుంటే కార్తీక్ ఆమెను ఆపే ప్రయత్నంలో ఆమె చెయ్యి పట్టుకుని తనవైపు తిప్పుకున్నాడు. ఎవరు అతనికి అంత ధైర్యంగా తన ప్రేమను చెప్పింది, అని చూడాలి అనుకున్నాడు. తన వైపు తిరిగి సిగ్గుతో తలవంచుకున్నా, ఆ అమ్మాయిని తలెత్తమని అడిగాడు. కానీ తల ఎత్తకపోవడం తో, ఆమె గడ్డం పైన తన చెయ్యి పెట్టి తలెత్తి చూసాడు. ఒక్కసారిగా షాక్ అయ్యాడు, "ఖుషి" అని ఆగిపోయాడు. తన చెల్లి ఫ్రెండ్ ఖుషి ఒక్కసారిగా ఏమి మాట్లాడాలో తెలియలేదు, నేఘాంతంగా అలా చూస్తూ వుండిపోయాడు, ఆమె కళ్ళల్లోంచి వరదలాగా నీళ్ళు పొంగాయి. కళ్ళు తుడుచుకుని డోర్ ఓపెన్ చేసి తను వాళ్ళ ఇంటికి వెళ్ళిపోయింది.

కార్తీక్ కి ఒక్క మినిట్ ఏమి చెయ్యాలో అర్థం కాలేదు. ఇంట్లో అటు,ఇటు నడుస్తూ, వాష్ రూమ్ లో ఫేస్ వాష్ చేసుకున్నాడు. అసలు ఏమి జరిగింది అని మళ్ళీ ఫస్ట్ నుంచి ఆలోచించడం మొదలు పెట్టాడు. ఖుషి ఏంటి? నాకు" ఐ లవ్ యు" చెప్పడం ఏంటి! అసలు ఇది నిజమా కల, ఈ విషయం చెల్లికి తెలిస్తే ఎలా, అంటూ, ఈ విధంగా కొన్ని వేల ప్రశ్నలు కార్తీక్ మదిలో కదిలాయి. అలాగే ఖుషి పరిగెత్తుకుంటూ తన రూమ్ లోకి వెళ్ళి తలుపు వేసుకుంది. ఒకవైపు అంతులేని ఆనందం, తన మదిలోని మాట కార్తీక్ కు చెప్పానని, మరోవైపు ఒక అమ్మాయి గా, కార్తీక్ ఏమనుకుంటాడో అని, ఒక టెన్షన్, అసలు తన ప్రేమని అంగీకరిస్తాడా, లేదా? అని భయం ఆమెను కమ్మేసాయి.

ఇలా ఇద్దరు ఎవరి బెడ్ రూమ్స్ లో వారు ఆలోచనల్లో పడిపోయారు. రాత్రి గడిచి తెల్లవారుతుంది రాత్రంతా ఇద్దరికి నిద్ర పట్టలేదు తెల్లవారుతుండగా ఇద్దరు నిద్రలోకి జారుకున్నారు. ఉదయం 10 గంటలకు కార్తీక్ ఫోన్ మోగడంతో మెలకువ వచ్చింది. అటువైపు నుండి సప్త ఫోన్ చేసింది. అన్నయ్య నువ్వు ట్యూస్ డే ఈవినింగ్ బయలుదేరి వస్తున్నావ్ గా, వస్తూ, వస్తూ నా రూమ్ లో గ్రీన్ బాంగిల్స్ బెడ్ పైన పెట్టాను అని చెప్పింది. సరెరా తీసుకు వస్తాను అన్నాడు. గుర్తుంది కదా, పెళ్ళి చూపులు అని ఆటపట్టించి ఫోన్ కట్ చేసింది సప్త.

తరువాత కార్తీక్ లేచి ఫేస్ వాష్ చేసుకుని, రాత్రి సరిగా నిద్రలేక పోవడంతో కొంచెం హేడ్డేక్ తగ్గటానికి వేడిగా కాఫీ పెట్టుకున్నాడు. తరువాత చెల్లి బాంగిల్స్ తీసుకుని తన బాగ్ లో పెట్టటానికి చెల్లి బెడ్ రూమ్ కి వెళ్ళి సప్త బాంగిల్స్ తీసుకున్నాడు. ఇంతలో పక్కన కవర్

లో వున్న తన షర్ట్ ని చూసి, షర్ట్ ని తన రూమ్ లో పెడదాం అని ఓపెన్ చేసి చాలా హ్యాపీ గా ఫీల్ అయ్యాడు.

తన షర్ట్ చిరిగింది అనుకున్నా దాని పైన "k" అనే లెటర్ చూసి ఆనందించాడు. చెల్లి చాలా టాలెంటెడ్ అనుకుని, తను తీసుకున్న బాంగిల్స్ కరెక్టో కాదో తెలుసుకోవటానికి, చెల్లికి కాల్ చేసాడు," అరె సప్త ఇక్కడ నీ బెడ్ పైన గ్రీన్ బాంగిల్స్ మిక్సిడ్ విత్ మెరూన్ కలర్ ఉన్నాయి అవేనా అని అడిగాడు. హ అవును అన్నయ్య ఆ బాంగిల్సే తీసుకురా మరచిపోకు అంది. ఓకే రా, అండ్ వన్ మోర్ థింగ్ థ్యాంక్స్ రా చెల్లి, షర్ట్ బాగా కుట్టావు, చాలా బాగా డిజైన్ చేసావు "k" అని థ్యాంక్యు అన్నాడు".

అప్పుడు సప్త, అన్నయ్య ఈ థ్యాంక్స్ నాకు కాదు, నా ఫ్రెండ్ ఖుషి కి చెప్పాలి, అవును అది ఖుషి టాలెంట్, తనకి ఇలాంటి ఆర్ట్స్ ఇంకా చాలా వచ్చు. నీ ఫేవరేట్ షర్టు ఇలా పాడు అయ్యింది అని చెప్పగానే తనే కుట్టి తీసుకు వచ్చింది, కానీ పాపం నేను ఇంటికి వచ్చినప్పటికి నుండి ఖుషి కి ఫుల్ ఫీవర్ అంట, నీకు కనిపిస్తే నేను అడిగాను అని చెప్పు, ok న వుంటాను అంది సప్త. ఓకే, రా అని కార్తీక్ ఫోన్ పెట్టేసాడు.

కార్తీక్ ఆ షర్ట్ వైపు అలా చూస్తూ వుండిపోయాడు. నాలుగు రోజుల్లో అతనికి పెళ్ళి చూపులు, పెళ్ళిచూపులు ఫిక్స్ చేసేముందు కార్తీక్ వాళ్ళ నాన్నగారు ఏది ఇష్టమో అదే చెయ్యమని చెప్పారు. ఇప్పుడు పెళ్ళి చూపులు ఏమి చెయ్యాలి అని ఆలోచిస్తూ వుండి పోయాడు. అలా తన మైండ్ డైవర్టు చేసుకోవడానికి లాప్ టాప్ లో

తన ఫేవరేట్ సాంగ్స్ ప్లే చేసాడు. కానీ అస్సలు మైండ్ డైవర్ట్ అవ్వక పోవడంతో పిచ్చి పట్టినట్లు అయ్యింది. మనసులో ఒక్కసారి ఖుషి తో మాట్లాడాలి, చూడాలి అని అనిపిస్తుంది. చాలా కంట్రోల్ చేసుకున్నాడు. ఇక లాభం లేదని ఈవినింగ్ 4 అవ్వగానే రోజు వెల్లి, ఖుషి కలిసే చోటికి వెళ్ళి కూర్చుని వెయిట్ చేసాడు. కానీ ఖుషి రాలేదు. ఎదురు చూసి చూసి ఇంకా ఏమి తినక ఆకలి వెయ్యడంతో 9.00 క్లాక్ కి తన ఫ్లాట్ కి వెళ్ళిపోయాడు.

చాలా సేపు ఎదురు చూసినా ఖుషి కనపడక పోవడంతో తెలియని నిరాస, అలాగే ఏదో తినాలి అన్నట్లు కార్తీక్ ఒక ఆమ్లెట్ వేసుకుని తిని ఇంకా Next Day office కి వెళ్ళాలి అని త్వరగా పడుకోవడానికి ప్రయత్నించాడు. కాని ఆ రోజు ఖుషి మాట మాట కి గుర్తుకొస్తుంది. ఎంతో అందమైన స్వరంతో ఖుషి చెప్పిన మాటలు అతని మదిలో మారు మ్రోగాయి. I Love you కార్తీక్ అన్నమాటకు, అతనిలో ఖుషిని చూడాలి అన్న కోరిక మరింత ఎక్కువ అయ్యింది. ఖుషి చెప్పిన మాట గుర్తుకొచ్చింది కాని దాని అర్థం ఏమి అయ్యివుంటుంది అనే ఆలోచన రాగానే కార్తీక్ తన లాప్ టాప్ ఆన్ చేసి, గూగుల్ సర్చ్ ఓపెన్ చేసి "యే జాగ యే దిల్ కిసికో మత్ దేనా" అని సర్చ్ చేసాడు. దాని అర్థం చూసి కార్తీక్ కళ్ళల్లో నీళ్ళు తిరిగాయి.

"ఈ చోటు నాది, ఈ గుండె నాదీ, ఎవ్వరికి ఇవ్వవద్దు "అన్న మీనింగ్ కి కార్తీక్ ముగ్దుడై పోయాడు. ఒక అమ్మాయి ఎంతో ధైర్యం వుంటే తప్పా, ఇలా ఒక అబ్బాయి కి తన ప్రేమను చెప్పదు అనుకున్నాడు. అంతే కాకుండ తన ప్రేమలో ఎంతో నిజాయితి వుండటం వల్ల తను ఇంత ధైర్యం చేసివుంటుంది, అని ఆనందంతో

నవ్వుకున్నాడు. కానీ ఖుషిని చూడలేకపోవటం, కలవలేక పోవటం గురించి చాలా భాద పడుతూ తెల్లవారు జామున 4 గంటలకి నిద్రలోకి జారుకున్నాడు, ఉదయం 6గంటలకి అలారంకి కూడ మెలకువ రాలేదు. కార్తీక్ కు అలా 8 గంటలకి మెలకువచ్చి త్వరగా రెడీ అయ్యి ఆఫీస్ కి వెళ్ళి పోయాడు. ఆఫీస్ కి వేళ్ళాడే కానీ తనకు వర్క్ పైన ఇంట్రస్ట్ లేక, నిద్ర సరిపోక, సిక్ అని చెప్పి సాయంత్రం 4 గంటలకి ఇంటికి వచ్చేసాడు.

ఇంక ఎప్పుడు, చెల్లి, ఖుషి కలిసి కూర్చున్న ప్లేస్ కి వెళ్ళి మళ్ళి వెయిట్ చేసాడు. బట్ ఖుషి రాలేదు. 10 గంటల వరకు అక్కడే కూర్చున్నాడు. ఇంకా ఖుషి రావక పోవడంతో తన ఫ్లాట్ కి వెళ్ళి, సప్తాకి కాల్ చేసాడు. చెల్లి రేపు ఈవినింగ్ బయలుదేరుతున్నాను. So, ఇంకా నీకు ఏమైన తీసుకురావల అని అడగటానికి కాల్ చేసాను అన్నాడు. లేదు అన్నయ్య only ఆ బాంగిల్స్ తీసుకురా చాలు, జాగ్రత్తగా పాక్ చెయ్యి అసలే ఆ బాంగిల్స్ నావి కావు, అవి ఖుషివి అని చెప్పింది.

ఏదో తెలియని ఒక బరువు కార్తీక్ గుండెను కప్పింది ఖుషి పేరు వినగానే. కానీ ఆ విషయం భయట పెట్టకుండా ఇంతకీ మీ ఫ్రెండ్ ఎలా వుందిరా అన్నాడు. ఏమో అన్నయ్య నేను ఫోన్ చెయ్యలేదు, నిన్న చేస్తే ఇంకా ఖుషి కి ఫీవర్ తగ్గలేదు అన్నారు ఖుషి వాళ్ళ అమ్మ గారు అంది. ok, అన్నాడు., ఇదిగో అన్నయ్య అమ్మతో మాట్లాడు అని సప్త ఫోన్ ను వాళ్ళ అమ్మకు పాస్ చేసింది. కార్తీక్ అందరితో మాట్లాడుతూ ఉన్నాడు. బట్ తనకు తెలుసు తను వెళ్ళి ఆ బాంగిల్స్ ను తన గుండెలకి హత్తుకుంటాడు అని. ఫోన్ పెట్టగానే వెళ్ళి ఖుషి బాంగిల్స్ ని

తాకాడు, వాటిని గుండెలకి హత్తుకున్నాడు. ఎలాగైనా రేపు ఖుషిని చూడాలి, మాట్లాడాలి అని ఫిక్స్ అయ్యాడు, దానికి ఒక ప్లాన్ వేసుకున్నాడు. సప్తా, ఇంకా ఖుషి ఇద్దరూ ఒకే IMS క్లాస్ కి వెళ్తున్నారు అని చెల్లి మాటలు గుర్తుకు వచ్చాయి. So చెల్లి fees బాలన్స్ Amount పే చెయ్యడానికి వెళ్ళాలి అని అనుకుని, అలారం ఎప్పుడు మోగుతుందా అని చూస్తూ నిద్రలోకి జారుకున్నాడు. అలారం 6 గంటలకు మోగక ముందె 5:30 కి లేచి కాఫీ పెట్టుకుని, తాగాడు. తరువాత సూట్ కేస్ ఓపెన్ చేసి తన షర్టులు అన్ని తీసి ఏ షర్ట్ వేసుకోవాలో అని చాలా సేపు ఆలోచించి ఒక షర్ట్ సెలక్ట్ చేసుకొని రెడీ అయ్యి, బ్రేక్ ఫాస్ట్ చేసి పెర్ఫ్యూమ్ వేసుకొని వెళ్ళాడు.

చెల్లి క్లాస్ టైమింగ్స్ అన్ని ముందె తెలియటం వల్ల, ఒక గంట ముందె వెళ్ళి ఇన్స్టిట్యూట్ దగ్గర వెయిట్ చేసాడు. కాని ఖుషి రాలేదు. ఇంకా ఆఫీస్ కి లేట్ అవ్వటంతో Dissappointing గా వెళ్ళిపోయాడు. ఇంకా ఆ రోజు సాయంత్రం ఆఫీస్ నుండి వచ్చి త్వరగా లగేజ్ పేక్ చేసుకొని ఒక్కసారి ఖుషి ని చూడాలి అన్న ఆశతో మళ్ళి పార్కులో వెయిట్ చేసాడు. బట్ ఖుషి రాలేదు ఇంకా లాభం లేదనుకుని Train కి లేట్ అవ్వటంతో రైల్వే స్టేషన్ కి వెళ్ళిపోయాడు కార్తీక్.

5 రోజులు గడిచాయి సోమవారం, సప్తాను కార్తీక్ క్లాస్ దగ్గర దించాడు. ఆ రోజే వాళ్ళు ఊరు నుండి తిరిగి రావటం వల్ల సప్తా క్లాస్ కి 20 మినిట్స్ లేటుగా వెళ్ళింది. అప్పటికే క్లాస్ స్టార్ట్ అవ్వటంతో, ఖుషి కి హాయ్ చెప్పి క్లాస్ లో ఇన్వాల్వ్ అయ్యింది. IMS క్లాస్ అయ్యిన తరువాత ఇంటికి వెళ్తూ సప్తా, ఖుషి ని తను మిస్ అయిన క్లాస్ నోట్స్ ఇవ్వమని అడిగింది. అలాగే ఖుషి డల్ గా వుండటంతో ఖుషి health

పూర్తిగా సెట్ అయ్యిందా లేదా అని అడిగి తెలుసుకుంది. ఖుషి చిన్న చిరునవ్వుతో ఐయామ్ ఆల్ రైట్ అంటూనే తను లాస్ట్ వీక్ క్లాస్ అటెండ్ అవ్వని సంగతి సప్తాకు తెలియ చేసింది. సప్తా ఎక్టివ్ గా వుండక పోవటం గమనించిన ఖుషి, సప్తా ను క్వొశ్చన్ చేసింది, సప్తా ఎందుకు డల్ గా వున్నావు అంటూ! "అదా ఎమి లేదు మా కార్తీక్ అన్నయ్య కి పెళ్ళి చూపులు అని చెప్పాను కదా, కాని మా అన్నయ్య, ముందు నా పెళ్ళి కాకుండ తను పెళ్ళి చేసుకోనని మా ఫేరెంట్స్ కి చెప్పాడు" అంది. దాంతో ఇప్పుడు నాకు మెచ్చస్ చూడటం స్టార్ట్ చేసారు. వాడు హ్యాపీ గా పెళ్ళిచూపులు తప్పించుకున్నాడు అంది," సప్తా. saptha చెప్పటం ఇంకా పూర్తి కాకుండానే, ఖుషి ఆనందంతో పులకరించింది. సప్తాని ఆట పట్టించటానికి పెళ్ళికి రెడి అయ్యిపో అంది ఖుషి.

సప్తా సిగ్గుతో 'లీవ్ ఇట్ యార్' అని టాపిక్ డైవర్ట్ చేస్తూ "ఖుషి ఇక్కడ ఒక మంచి గిఫ్ట్ షాప్ ఎక్కడ వుందో తెలుసా? "మన ఇన్‌స్టిట్యుట్ పక్కనే పెద్ద గిఫ్ట్ గేలరీ వుంది, అయిన ఎందుకు గిఫ్ట్ షాప్ ఇప్పుడు అని అడిగింది ఖుషి. ఓహో అదా "రేపు కార్తీక్ అన్నయ్య బర్త్ డే అంది సప్తా. ఓహో ఓకె అంది ఖుషి, తనకు పెద్ద పట్టనట్లుగా! బట్ ఖుషి మనసులో మాత్రం కార్తీక్ కు ఏమి గిఫ్ట్ ఇవ్వాలా అని సప్తా కన్నా ఎక్కువగా ఆలోచిస్తుంది.

సరే అని ఇద్దరూ కలిసి గిఫ్ట్ షాప్ కి వెళ్ళారు, అక్కడ సప్తా వాళ్ళ అన్నయ్య కోసం మంచి బర్త్ డే గ్రీటింగ్ అండ్ ఒక మంచి ఫోటో ఫ్రేమ్ తీసుకుంది, అందులో మొత్తం 5 ఫ్రేమ్స్ వున్నాయి. అందులో వాళ్ళ ఫ్యామిలి అందరి ఫొటోస్ పెట్టి ఇవ్వవచ్చని ఆలోచించింది. అక్కడ

నుండి ఒక కేక్ షాప్ కి వెళ్ళారు ఇద్దరు, ఒక మంచి చాక్ లెట్ కేక్ తీసుకుని, దాని పైన హ్యాపీ బర్త్ డే కార్తీక్ అని రాయించింది, అంతే కాకుండ ఖుషి ని నైట్ 12 గంటలకి తన ఫ్లాట్ కి రమ్మని సప్తా అడిగింది. నో వాళ్ళ అన్నయ్య తో కేక్ కట్ చేయించవచ్చు అంది. ఖుషి కి ఎగిరి గంతేసి వస్తాను అని చెప్పాలి అని వున్నాకూడ వాళ్ళ పేరెంట్స్ తిడతారు రావటం కుదరదు అని చెప్పింది ఖుషి. సప్తా ఏమి పరవలేదు తను ఖుషి వాళ్ళ అమ్మని పర్మిషన్ అడుగుతాను అని చెప్పింది. ok అని అక్కడి నుండి డైరెక్ట్ గా ఖుషి వాళ్ళ ఫ్లాట్ కు వెళ్ళారు.

అప్పటికే బాగా లేట్ అవ్వటంతో ఖుషి వాళ్ళ అమ్మకు ఫోన్ చేసి Inform చేసారు. వాళ్ళ అమ్మకు అప్పటికే సప్తా బాగా దగ్గర కావటంతోఖుషి కి సప్తాకు ఇద్దరికి లంచ్ రెడి చేసివుంచింది. ఖుషి, సప్తా ఇద్దరు లంచ్ చేసారు. సప్తా" ఖుషి వాళ్ళ అమ్మతో, రాత్రి 12 కి కేక్ తీసుకుని ఖుషి మా ఫ్లాట్ కి రావాలి అని చెప్పింది. వాళ్ళ అన్నయ్య బర్త్ డే అనికేక్ తనతో తీసుకెళితే సర్ప్రైజ్ ఏమి వుండదు అని చెప్పింది. మీ ఫ్లాట్ కి వస్తాది. యు డోంట్ వర్రీ అని ఖుషి వాళ్ళ అమ్మ సప్తాకు భరోసా ఇచ్చింది.

ఇంకా వాళ్ళు ఇద్దరూ చాలాసేపు కలిసి వుండటంతో ఈవినింగ్ వాక్ వద్దూ అని అనుకున్నారు.కాని అక్కడ ఆఫీస్ లో మాత్రం కార్తీక్ కు కాళ్ళు ఆడటం లేదు, ఏమైనా సరే త్వరగా ఇంటికి వెళ్ళాలి చెల్లి, ఖుషి ఇద్దరు కలిసి పార్క్ లో కూర్చుని వుంటారు అని ప్లాన్ చేసుకుని వర్క్ త్వరగా కంప్లీట్ చేసుకుని ఇంటికి వెళ్ళాడు. పార్క్ లో ఎంత వెదికిన చెల్లి సప్తా, ఖుషి ఇద్దరూ కనిపించలేదు. సరే అనుకుని

నీరసంగా ఫ్లాట్ కి వెళ్ళి బెల్ కొట్టాడు, చెల్లి వచ్చి డోర్ ఓపెన్ చేసింది. దానితో కార్తీక్ మనసులో "ok ఈ రోజు చెల్లి వాకింగ్ కి వెళ్ళలేదా!" అనుకుని చెల్లి ఎంటిరా ఈ రోజు వాకింగ్ కి వెళ్ళలేదా అని అడిగాడు. అప్పుడు సప్తా లేదు అన్నయ్య జర్నీ చేసి అలసిపోయాను అందుకే వెళ్ళలేదు అంది. అంతే కాకుండ అన్నయ్య! టి ఇవ్వనా అని అడిగింది సప్తా. "వద్దురా అన్నాడు కార్తీక్.! అన్నయ్య వీక్ గా వుండటం గమనించి, అన్నయ్య వంట్లో బాగాలేదా అని అడిగింది సప్తా. "లేదుర జర్నీ వల్లె అలసట అంతే", నేను పడుకుంటాను తలనొప్పి గా వుంది అన్నాడు" కార్తీక్. మరి డిన్నర్ చెయ్యవా! అని అడిగింది సప్తా, లేదురా కొంచెం పాలు వేడి చేసి ఇవ్వు చాలు అన్నాడు. ఓకె, అని సప్తా పాలు వేడి చేసి ఇచ్చేసరికి కార్తీక్ స్నానం చేసి వచ్చి పాలుతాగి తన రూమ్ కి వెళ్ళి తలుపులు వేసుకున్నాడు.

బాగా అలసిపోయి వుండటం, నిద్ర సరిగా లేకపోవడం, ఒకటే ఖుషి ఆలోచనల్లో ఎప్పుడు నిద్ర పట్టిందో తెలియదు కార్తీక్ కు, కానీ కరెక్ట్ గా 11:55 నిమిషాలకు కార్తీక్ రూమ్ తలుపు ఎవరో Knock చెయ్యటం వినిపించింది, కార్తీక్ డోర్ ఓపెన్ చేసాడు. వెంటనే హాపీ బర్త్ డే అన్నయ్య అని సప్తా కార్తీక్ ను కౌగిలించుకుంది. థ్యాంక్ యు రా అన్నాడు కార్తీక్. మెని మోర్ హ్యాపీ రిటర్న్స్ ఆఫ్ ది డే అన్నయ్య అంది సప్త. Thankyou ఒన్స్ ఎగైన్ అన్నాడు కార్తీక్.

ఫోన్ మోగింది, ఫోన్ లిఫ్ట్ చెయ్యగానే కార్తీక్ వాళ్ళ అమ్మ, నాన్న, అన్నయ్య, వదిన అందరూ వరుసగా విష్ చేసారు. ఇంతలో సప్తా ఫోన్ లాక్కుని అమ్మా అన్నయ్యతో మళ్ళి మాట్లాడుదువు ఇక్కడ కేక్ కట్ చెయ్యాలి లేట్ అవుతుంది బాయ్ అని ఫోన్ పెట్టేసింది సప్తా. వద్దురా

కేక్ ఎంటి ఈ ఏజ్ కి వచ్చాక ప్లీజ్ వద్దు అన్నాడు కార్తీక్. లేదు నా కోసం ప్లీజ్ ప్లీజ్ అంది సప్తా. సరే అని షర్ట్ వేసుకొని హాల్ లో కి వచ్చాడు కార్తీక్.

హాల్లో లైట్స్ ఆఫ్ చేసి ఓన్లీ కెండిల్స్ మాత్రమే వెలుగుతున్నాయి. ఆ కెండిల్స్ వెలుగులో, చెల్లి సప్తా కాకుండా ఇంకా ఎవరో వుండటం కార్తీక్ గమనించాడు. ఒక్కసారిగా వెయ్యి కెండిల్స్ వెలిగినట్లు అనిపించింది, ఇంతలో ఒక అందమైన స్వరం" హ్యాపీ బర్త్ డే" అని వినిపించింది. చెయ్యి ఎదరికి చాపింది విష్ చెయ్యటానికి, ఆ కెండిల్స్ వెలుగులో అందమైన పెదవుల పైన తేనెలూరించే చిరునవ్వు, దానిపైన కలువ రేకులు లాంటి కళ్ళు, Yes she is ఖుషి. కార్తీక్ ఆనందానికి అంతులు లేవు వెంటనే ఆమె చెయ్యి అందుకుని థ్యాంక్ యు అన్నాడు. ఇద్దరి స్పర్శతో వారి గుండెలు బరువెక్కాయి, తను పట్టుకున్న చెయ్యి ఇకపై విడిచి పెట్టె ఉద్దేశం లేనట్లు. ఇంతలో సప్తా అన్నయ్య త్వరగా కేక్ కట్ చెయ్యి కెండిల్స్ కరిగిపోతున్నాయి అంది నవ్వుతూ, వెంటనే కార్తీక్ ఖుషి చెయ్యి వదిలి, హ కేక్ కట్ చేస్తాను రా ఓకె నా అన్నాడు. ముగ్గురూ నవ్వుకున్నారు. తరువాత కార్తీక్ కెండిల్స్ ఊది ఆఫ్ చేసాడు. ఖుషి లైట్స్ ఆన్ చేసింది. కార్తీక్ ఖుషి ని చూస్తూ వుండిపోయాడు. ఆమె meroon కలర్ చుడిదార్ వేసుకుంది. సిల్క్ చున్ని వంటిపైన జారుతుంది, ఆ సిల్క్ చున్ని వెనుకాల ఆమె శరీర కాంతి నిమ్మపండు రంగులో పసుపు పచ్చగా వుంది. ఆమె అందం వర్ణాతితం అనుకున్నాడు కార్తీక్.

కేక్ కట్ చేసి చెల్లికి తినిపించాడు. తరువాత ఒక పీస్ ఖుషి చేతికి అందించాడు. థ్యాంక్ యు అని చెప్పింది ఖుషి. ఓకె ఇంకా లేట్

అవ్వుతుంది నేను భయలు దేరతాను అంది ఖుషి. "ఓ ఒక్కదానివె వెళ్తావ, ఎంత పక్కన ఫ్లాట్ అయ్యినా, నేను అన్నయ్య వచ్చి డ్రాప్ చేస్తాము అంది సప్తా." వెంటనే ముగ్గురు భయలు దేరి ఖుషిని తన Flat దగ్గర డ్రాప్ చేసి వెంటనే వచ్చారు. ఇంటికి వచ్చాక కార్తీక్ కు' నిద్ర పట్టటం లేదు ఒకటే, ఖుషి గురించిన ఆలోచన. ఎందుకో తనకు' ఖుషి పదే పదే గుర్తుకొస్తుంది అనుకున్నాడు. కాని అది తన బెస్ట్ బర్త్ డే అని మనసులో ముద్ర వేసుకుని నిద్రలోకి జారుకున్నాడు. రాత్రి లేట్ గా పడుకోవటం తో కార్తీక్ లేట్ గా నిద్ర లేచి హడావిడి గా ఆఫీస్ కి వెళ్ళాడు. ఈవినింగ్ ఇంటికి వచ్చాక తను హౌస్ కీస్ ఇంట్లో మరచి పోయాడన్న విషయం గుర్తుకొచ్చింది, వెంటనే తన ఫోన్ నుండి సప్తాకు కాల్ చేసాడు. కానీ అప్పటికే సప్తా స్విమింగ్ పూల్ లో హ్యాపీ గా స్విమ్ చేస్తుంది. ఖుషి మాత్రం తనకు ఫీవర్ గా వుండటం తో పూల్ భయట కూర్చుని సప్తాకు కంపెనీ ఇస్తుంది. ఇంతలో సప్తా ఫోన్ రింగ్ అవ్వటం గమనించి ఖుషి, "సప్త యువర్ ఫోన్ అంది". సప్తా స్విమింగ్ చెయ్యటం వల్ల కొంచెం చూడు ఖుషి ఎవరో అంది. ఖుషి సప్త ఫోన్ తీసుకుని ఇట్స్ యువర్ కార్తీక్ బ్రదర్ అంది. అయ్యో కొంచెం లిఫ్ట్ చేసి అడుగు విషయం ఏమిటో అంది. ఖుషి లిఫ్ట్ చేసే లోపు కాల్ కట్ అయ్యింది. ఇంతలో మళ్ళీ కాల్ వచ్చింది, ఖుషి లిఫ్ట్ చేసింది. హలో సప్తా ఇంటి keys కావాలి ఎక్కడ ఉన్నావు అన్నాడు కార్తీక్, ఇంతలో ఖుషి హలో దిస్ ఈస్ ఖుషి అంది, కార్తీక్ కు ఆనందానికి అంతులు లేవు వెంటనే గొంతు సరి చేసుకుని వేర్ ఈస్ సప్తా ఐ నీడ్ మై ఫ్లాట్ keys, అని చెప్పాడు, ఖుషి ఒక్క నిమిషం అని సప్తా కు చెప్పింది.

వాళ్ళ అన్నయ్యకు keys కావాలి అని. వెంటనే సప్తా, ఖుషి నా బేగ్ లో keys వున్నాయి.

కొంచెం మా అన్నయ్య కి ఇవ్వు ఐ యామ్ ఇన్ పూల్ కదా అంది. ఖుషి ఇట్స్ ఓకే ఐ విల్ గివ్ దేమ్ అంది. మళ్ళి ఫోన్ లో ప్లీజ్ కమ్ టు క్లబ్, we are at club, come i will get the keys అంది. కార్తీక్ వెంటనే ఫోన్ పెట్టేసి, తన బైక్ మిర్రర్ లో తన జుట్టు సరిచేసుకొని, కర్చీఫ్ తో ఫేస్ తుడుచుకున్నాడు. వెంటనే బయలు దేరి క్లబ్ దగ్గరకు వెళ్ళి బయట వెయిట్ చేసాడు. ఖుషి కూడ హ్యాపీ గా సప్తా Bag లో Keys తీసుకుని భయటకు వచ్చింది. ఒక చెట్టు కింద బైక్ సైడ్ స్టాండ్ వేసి ఒక సైడ్ కి తిరిగి కార్తీక్ వెయిట్ చేస్తున్నాడు. ఖుషి ఏమి తెలియనట్లు స్లోగా నడుచుకుంటు కార్తీక్ దగ్గరకు వెళ్ళి "కార్తీక్" అంది. వెంటనే కార్తీక్ యస్ అని వెనుకకు తిరిగి చూశాడు. అక్కడున్న వీది దీపాల వెలుగులో ఖుషిని చూశాడు. ఆమె అందం వర్ణాతితం అలా చూస్తూ వుండిపోయాడు, ఆ మౌనాన్ని భంగం చేస్తూ వన్స్ ఎగైన్ "హ్యాపీ బర్త్ డే" అంది ఖుషి.

ఖుషి కూడ కార్తీక్ ను చూసి ఆనందంతో పరవశించి పోయింది, కార్తీక్ ఖుషి స్ట్రిచ్ చేసిన తన బ్లాకు షర్ట్ విత్ "k" అనే లెటర్ వున్నదాన్ని వేసుకున్నాడు. ఇంతలో కార్తీక్ థ్యాంక్ యు అన్నాడు. హియర్ is your keys అంది. కీస్ ఖుషి చేతిలో నుండి తీసుకుంటూ ఆమె ఎడమ చేతి బొటను వేలు కింద ప్లాస్టర్ వేసి వుండటం గమనించి, ఖుషి వాట్ హేపెండ్ అన్నాడు కార్తీక్. ఇట్స్ నథింగ్ అంది. వాట్ హేపెండ్ ఖుషి అని కంగారు పడుతూ అడిగాడు కార్తీక్. వెయిట్ అని చెప్పి ఆ ప్లాస్టర్ తియ్యసాగింది. ఇంతలో కార్తీక్ no ఖుషి ఇట్ మె

హార్ట్ యు అన్నాడు. నో ఇట్స్ నాట్ అని ప్లాస్టర్ తీసింది. తన చేతిని చూసి కార్తీక్ షాక్ అయ్యాడు ఒక్కసారిగా కళ్ళలో నీళ్ళు తిరిగాయి. ఇట్స్ యువర్ బర్త్ డే గిఫ్ట్ కార్తీక్ అంది ఖుషి. వెంటనే కార్తీక్ మళ్ళీ ఆనందించాడు. ఖుషి చేతి మీద 'k' అనే అక్షరం సేమ్ కార్తీక్ షర్ట్ పైన్నా డిజైన్, ఖుషి చేతి పైన టాటూ వేయించుకుంది.

ఒక అమ్మాయి ఒక అబ్బాయి ని ఇంత ప్రేమిస్తుందా అనుకుని చాలా ఆనందించాడు. వెంటనే ఏమి తెలియనట్లు వాట్ ఈజ్ "k" స్టాండ్స్ ఫర్ అన్నాడు. ఖుషి నోటిలో నుండి తన పేరును చెప్పితే వినాలి అన్నట్లు అడిగాడు. ఖుషి తన పెదవిని కొరుకుతూ నవ్వి మీ షర్ట్ మీద వున్నా 'k' అంటే ఏమిటి అంది. ఈ షర్ట్ కుట్టిన వాళ్ళకు తెలియాలి. 'k' అంటే ఏమిటో. కాని ఈ ప్లేస్ "అని, తన హార్ట్ మీద చెయ్యి వేసుకుని" మాత్రం ఈ "k" కి రిజర్వడ్ అన్నాడు. ఖుషి సిగ్గుపడుతూ వెళ్ళిపోతుంటే, ఖుషి ఒక్క నిమిషం అని తన చెయ్యి పట్టుకున్నాడు. వెంటనే ఖుషి ఆగటంతో "సారీ" అని చెయ్యి వదిలేసాడు. ఇంతకీ "k" అంటే అని మళ్ళీ అడిగాడు, కార్తీక్, ఖుషిని.

"k" ఫర్ "k" ఫర్ కార్తీక్ కాదు "k" for ఖుషి అంది. ఇంకా కార్తీక్ ముఖంలో వెలుగు విరిసింది. ఎందుకంటే ఖుషి చెప్పకనే చెప్పింది. k అంటే కార్తీక్ అని, కార్తీక్ థ్యాంక్ యు ఖుషి ఫర్ వేరీ స్పెషల్ గిఫ్ట్ అని చెప్పి, తన షర్ట్ పాకెట్ లో చెయ్యి పెట్టి ఒక డైరీ మిల్క్ చాక్లెట్ తీసి ఖుషికి ఇచ్చాడు. థ్యాంక్ యు అని చెప్పి బై ద వె, "యు లుక్ హాట్ ఇన్ దిస్ షర్ట్ కార్తీక్" అని చెప్పి సిగ్గుతో తల వంచుకుంది ఖుషి. కార్తీక ఏమి తెలియనట్లు కమ్ ఎగైన్ అన్నాడు. ఖుషి కి తెలుసు కార్తీక్ కు తన మాటలు వినిపించాయి అని, కాని కావాలి అని అడుగుతున్నాడు

అని తెలిసి నథింగ్ కార్తీక్ అంది, 'ఎనీ వే ఐ వాంట్ టు టాక్ టుయు ఇన్ ప్రైవేట్ ప్లేస్, లెట్ మి నో అన్నాడు. ఓకే అన్నట్లు గా నవ్వుతు వెళ్ళిపోయింది Kushi. కార్తీక్ ఇంటికి వెళ్ళిపోయి, అద్దం ముందు నుంచుని తనకు తాను చూసుకుని నవ్వుకున్నాడు, తన షర్ట్ మీద వున్నా 'k' ను తాకుతూ తెలియని సంతోషం తో పొంగి పోయాడు.

ఇంకా కార్తీక్ తన ప్రేయసిని ఎలా కలవాలి, ఎప్పుడు కలవాలి తన ప్రేమను తన ప్రేయసికి ఎలా తెలియ చెయ్యాలి అని ఆలోచనలో పడిపోయాడు. తరువాత ఒక గంటకి సప్తా ఇంటికి వచ్చేసింది. స్నానం చేసి ఫ్రెష్ అయ్యి అన్నయ్య భోజనం చేద్దాము రా అంది. కాని కార్తీక్ కు' ఆనందంతో ఆకలి వేయటం లేదు, నో చెల్లితో నాకు ఆకలి లేదు రా నువ్వు తినెయ్ అన్నాడు. అదేం కుదరదు అన్నయ్య రా భోజనం చేద్దాం అని సప్తా భలవంతం చేస్తే తప్పక భోజనం చేసాడు.

కొంచెం సేపటికి ఇద్దరూ ఎవరి రూమ్స్ కి వాళ్ళు వెళ్ళిపోతూ బై రా చెల్లి అన్నాడు కార్తీక్, బై గుడ్ నైట్ అంది సప్తా. ఇంకా కార్తీక్ బెడ్ ఎక్కి నిద్రతో యుద్ధం చేస్తున్నాడు, బ్రతిమాలాడు ఎన్ని చేసిన నిద్ర మాత్రం అతని దరి చేరలేదు, ఒకటే ఖుషి ఆలోచనలు, ఆమెను చూడాలి ఆమెతో టైమ్ స్పెండ్ చెయ్యాలి అనుకున్నాడు. అలా టైమ్ చూస్తూ 12:30 ఎ.ఎమ్, ఓ నో ఇలా కష్టం కొంచెం వాక్ చేస్తే నిద్రపడుతుంది. అనుకుని తను టేర్రాస్ పైకి వెళ్ళాడు. చల్లటి గాలి తనను తాకుతుంటే వెన్నెలను చూస్తూ ఎంత అందంగా వుంది ఈ సాయంత్రం అనుకున్నాడు. సరదాగా వాక్ చేద్దాము అని అలా నడవటం స్టార్ట్ చేసి తన పక్క బిల్డింగ్ అన్ని కన్నెక్టెడ్ కావటం తో స్లో గా వాక్ చేస్తున్నాడు. తను అలా వాక్ చేస్తూ పక్క బిల్డింగ్ మీదకు

రాగానే ఒక అమ్మాయి ఎవరో వాటర్ టేంక్ పక్కన నుంచుని వున్నట్లు అనిపించి ఆగి వెనక్కి చూశాడు. హెయిర్ లూస్ గా వదులుకుని చల్లగాలిని చందమామను ఆశ్వాదిస్తూ "తుమ్ పాస్ ఆయె, యు ముస్కు రాయె" అని పాడుతూ వెనక్కి తిరిగింది. టక్కున ఆమె ఎదురుగా వున్నా కార్తీక్ ను చూసి పాట మధ్యలోనే ఆపేసింది.

ఆ వెన్నెల వెలుగుల్లో ఆమె మొహం చంద్ర బింబం లాగా వెలిగి పోతుంది. ఆమె అందం వర్ణాతితం, కార్తీక్ కు అటు ఆ అమ్మాయికు ఒక్కసారిగా షాక్, ఎందుకంటే అక్కడ ఖుషి ఎదురుగా వుంది కార్తీక్ కు. షాక్ నుండి తేరుకుని గొంతు సవరించుకుంటూ కార్తీక్ అంది ఖుషి. కార్తీక్ కూడ షాక్ నుండి బయటకు వచ్చి ప్లీజ్ కంటిన్యూ ద సాంగ్ అన్నాడు. ఆమె సిగ్గుతో తలవంచుకుని ఐ యామ్ నాట్ ఎ సింగర్ అంది. బట్ నాకు నువ్వు పెద్ద సింగర్ వె అన్నాడు కార్తీక్. ఇద్దరూ నవ్వుకుని వై ఆర్ యు హియర్ అంది ఖుషి. ఐ యామ్ Unable to స్లీప్, సో ఐ కేమ్ ఫర్ ఎ వాక్, వాట్ ఎబౌట్ యు అన్నాడు. సేమ్ సిట్యువేషన్ అంది ఖుషి.

సో టెల్ మీ కార్తీక్ వాట్ ఎల్స్ అంది ఖుషి. కార్తీక్ మైండ్ లో వెంటనే చేతికి వచ్చిన అవకాశాన్ని మిస్ చేసుకోకూడదు అనుకున్నాడు. టక్కున ఖుషి విల్ యు జాయిన్ మి ఫర్ ఎ డేట్ అన్నాడు. ఒక్కసారిగా అడిగే సరికి ఖుషి కి ఏమి చెప్పాలో అర్ధం కాలేదు., ఒక నిమిషం సైలెన్స్. ఛ తప్పుగా అన్నానా? అని కార్తీక్ తన మనసులో తానే తిట్టుకుంటున్నాడు. కనిపించగానే డేట్ అని అడిగెయ్యటమేనా! ఇందుకే చెల్లి నన్ను ఎప్పుడు అమ్మాయిలతో మాట్లాడటం రాదు అని తిడుతుంది అనుకున్నాడు. ఇంతలో ఖుషి

కార్తీక్ మౌనాన్ని ఛేదిస్తూ, ఐ నీడ్ టు గో డౌన్ అంది. ఓ ఓకే, ఖుషి ఐ యామ్ సారీ ఇఫ్ అని కార్తీక్ తన మాటలను complete చెయ్యక ముందే, కార్తీక్ బై ద వె I m going for shopping this saturday, to తాసే వివియాన షాపింగ్ మాల్ అంది. కార్తీక్ కు అర్థం కాలేదు ఓహో ఒకే అన్నాడు. ఒకే బై కార్తీక్ అంటూనే ఐ యామ్ గోయింగ్ ఆల్ ఎలోన్ టు తాసె ఫర్ షాపింగ్ అంది. అండ్ ఐ విల్ బి ధెర్ బై 10:30 ఎ.ఎమ్ అంది.

అప్పుడు కార్తీక్ కు అర్థం అయ్యింది వెంటనే నవ్వుతూ బై ఖుషి అన్నాడు. ఇంకా కార్తీక్ వెంటనే తన ఫోన్ లో Saturday 10:00 ఎ.ఎమ్ తాసె వివియాన మాల్ అని రిమైండర్ సెట్ చేసుకున్నాడు. ఇంకా ఆ క్షణం నుండి కార్తీక్ కు నిద్ర కరువైంది, ఎ షర్ట్ వేసుకోను, ఎలా రిసీవ్ చేసుకోను,ఏమి గిఫ్ట్ ఇవ్వాలి ఇలా చాలా లక్షల ప్రశ్నలు. ఇంకా కార్తీక్ కేలండర్ లో సాటర్ డే ఎప్పుడు వస్తుందా అని చూస్తూనే వున్నాడు. రోజు ఆఫీస్ నుండి త్వరగా ఇంటికి రావటం కావాలని చెల్లి, ఖుషి పార్క్ లో వుంటే వెళ్ళి ఇద్దరికి చాక్లెట్స్ ఇవ్వటం, కుదిరితే వాళ్ళతో కలసి కొంచెం సేపు వాక్ చెయ్యటం అది కూడ చెల్లి బలవంత పెడితేనే, లేకపోతే చెల్లి కి డౌట్ వస్తుంది కదా అందుకు.

చూస్తూ చూస్తూ నే ఫ్రైడే ఈవినింగ్ వచ్చేసింది. తన Wardrobe లో వున్నా Shrits అన్నీ తీసి చెల్లి ముందు ఎగ్జిబిషన్ పెట్టాడు. రేపు క్లైంట్ తో మీటింగ్ ఎ షర్ట్ బెటర్ అని అడిగాడు. సప్తా ఒక 3 షర్ట్స్ సెలక్ట్ చేసింది. అందులో ఖుషి 'k' అని రాసిన షర్ట్ కూడ వుంది. ఇంక మనవాడు ఎంచేస్తాడు ఆ 'k' అని వున్నా షర్ట్ నే ఫైన లైజ్ చేసాడు. అండ్ సప్తా నేను రేపు మార్నింగ్ వెళ్ళాలి ఒక వేళ నేను లెగక పోతే

నన్ను లేపు అన్నాడు. ఒకే అన్నయ్య నాకు నిద్రవస్తుంది ఇట్స్ ఆల్ రెడీ 11:00 'O' క్లాక్ బై గుడ్ నైట్ అంది. బై చెప్పి కార్తీక్ ఏవేవో ప్లాన్స్ వేసుకుంటూ నిద్రలోకి జారుకున్నాడు. మోర్నింగ్ లేచాడు తలస్నానం చేసి దేవుడికి నమస్కారం చేసి, చాలా సిన్సియర్ గా ఎదో Emset రాసే స్టూడెంట్ లాగా నీట్ గా రెడీ అయ్యి, Time 10:30 అవుతుంది, కార్తీక్ తానె వివియాన షాపింగ్ మాల్ లో వెయిట్ చేస్తూ వున్నాడు. 10:45 కార్తీక్ హార్ట్ బీట్ బాగా పెరిగింది ఖుషి vachesthundhi ఇంకా 15 నిమిషాలలో అనుకున్నాడు.

ఇంతలో ఖుషి రానే వచ్చింది. ఖుషి తన కాలు షాపింగ్ మాల్ లో పెట్టిందో లేదో, ఎవరో కవిత్వం చెప్పినట్లు, వేటూరి పాట వెన్నెలలో విన్నట్లు చల్లగా గాలి కార్తీక్ ను తాకింది. ఖుషి కూడ షాపింగ్ మాల్ లోకి ఎంటర్ అవ్వగానే కార్తీక్ కోసం అటూ ఇటూ చూడ సాగింది. కార్తీక్ ఆల్ రెడి వచ్చి తనకోసం వెయిట్ చేస్తూ వుంటాడు అని ఎక్స్పెక్ట్ చేస్తూ, కొంచెం సిగ్గుతో చూసి చూడనట్లు అన్ని దిక్కులా అతనిని వెతికింది.

కార్తీక్ కనిపించలేదు చాలా నిరాశతో, మనసులో కార్తీక్ ఇంకా రాలేదు అనుకుంటూ 6 అడుగులు ముందుకు వేసిందో లేదో ఒక అందమైన సేల్స్ గాల్ చేతితో అందమైన పూల బుకె తో, ఎక్స్ క్యూజ్ మి, ఆర్ యు మిస్ ఖుషి అంది. ఎస్ ఐ యామ్ అంది, హెలో మేమ్ దీజ్ ఫ్లవర్స్ ఆర్ ఫ్రమ్ కార్తీక్ అంది. ఓ థ్యాంక్ యు అని ఫ్లవర్స్ తీసుకుంది. ఆ ఫ్లవర్ బుకె చాలా సింపుల్ గా అందంగా వుంది, మధ్యలో ఎదో గోల్డ్ పేపర్ తో ఒక చిన్న బాక్స్ వుంది. ఖుషి చాలా హ్యాపి గా ఆ బాక్స్ ఓపెన్ చేసింది. అందులో ఒక స్మాల్ డైరీ మిల్క్ చాక్లెట్ మరియు ఒక లెటర్ " లెటర్ తెరచి చూస్తే వెల్ కమ్ మై లాలి

ఫ్రెన్స్షిప్ అనివుంది. అది చూసి ఖుషి ఆనందంతో మురిసి పోయింది. అంటే కార్తీక్ తనకన్నా ముందే వచ్చి తనను చూస్తూ వున్నాడని అర్థం అయ్యింది. ఏదో తెలియని ఫీలింగ్ అడుగులు ముందుకు పడటం లేదు అయినా ఏమి తెలియనట్లు ఎదురుగా ఒక కాఫీ షాప్ వుంటే అక్కడికి వెళ్ళి కూర్చుని ఒక కాఫీ ఆర్డర్ చేసింది. తను కాఫీ మాత్రమే ఆర్డర్ చేసింది కాని తనకు కాఫీ తో పాటు ఇంకో బుకె మరియు ఇంకో చిన్న గిఫ్ట్ బాక్స్ తీసుకొచ్చి తన టేబుల్ మీద పెట్టాడు వెయిటర్, దీజ్ ఆర్ ఫ్రమ్ మిస్టర్ కార్తీక్, మిస్ ఖుషి అన్నాడు. ఓ, ఓకే థ్యాంక్ యు అంది ఖుషి. కాఫీ కన్న ముందు ఆ గిఫ్ట్ బాక్స్ వున్నా బుకె ని తీసుకుంది. గిఫ్ట్ బాక్స్ ఓపెన్ చేసి చూసింది. అందులో మిల్కిబార్ మరియు 2 మూవీ టికెట్స్ వున్నాయి. చిన్న లెటర్ " మై లవ్లీ ఎంజెల్, ఐ యామ్ వెయిటింగ్ ఫర్ యు, ఎట్ ది మూవీ థియాటర్, మూవీ స్టార్ట్ ఇన్ 15 మినిట్స్" అని వుంది.

ఖుషి సిగ్గుపడుతూ తను ఆర్డర్ చేసిన కాఫీ ని తీసుకుని తన పెదవులకు దగ్గరగా పెడుతుంది కానీ, ఒక్క చుక్క కాఫీ కూడ తన గొంతులోకి వెళ్ళటం లేదు, మూవీ థియేటర్ కార్తీక్ ఇలా ఏవేవో ఊహలు ఆమెను కలవర పెడుతున్నాయి. 15 మినిట్స్ టైమ్ అవ్వగానే తన కాఫీ డబ్బులు ఇచ్చి, తనకు అందిన ఫ్లవర్ బుకె ను మరియు మూవీ టికెట్స్ తీసుకుని, లిఫ్ట్ లో మూవీ థియేటర్స్ ఉన్నా ఫ్లోర్ కి వెళ్ళింది. అ టికెట్స్ లో ఉన్నా స్క్రిన్ సెంటర్ 3 దగ్గరకు వెళ్ళి ఆ టికెట్స్ ను అక్కడ టికెట్ కలెక్ట్ చేసే కుర్రవాడికి ఇచ్చింది. ఆ కుర్రాడు ఇవి స్పెషల్ బుకింగ్ Mam, ప్లీజ్ ఫాలో మీ అని మూవీ థియేటర్ లో ప్లాటినమ్ క్లాస్ అంటే సోఫా మరియు బాక్స్ అంతే కాకుండ చాలా

లిమిటెడ్ పీపుల్ కి బుక్ చేసారు అని చెప్పి, ఖుషి ని తన టికెట్స్ వున్నా సీట్లో కూర్చో పెట్టాడు. ఇంకో టికెట్ వెనకాల వస్తున్నారా అని అడిగాడు. హ ఎస్ అంది ఖుషి. ఒకే ఎంజోయి ది మూవీ అని చెప్పి వెళ్ళి పోయాడు.

ఒక చిన్న పెట్టిలాంటి గది అందులో 4 అంటే 4 గే సోఫాలు ఉన్నాయి. థియేటర్ మొత్తం కన్నా ఆ ప్లేస్ చాలా ఎత్తులో వుంది. ఆ బాక్స్ లో నుండి సినిమా చాలా బాగా కనిపిస్తుంది. ఖుషి తనలో తానే నవ్వు కుంటుంది, సర్ప్రైజ్ అన్ని చాలా బాగున్నాయి కార్తీక్ అనుకుంది. ఇంతలో మూవీ స్టార్ట్ అవ్వబోతుంది ఎడ్వర్టైజ్ మెంట్ వస్తున్నాయి, ఖుషి గమనించింది ఆ గదిలో వున్నా మిగిలిన మూడు సోఫాలు ఖాలిగా వున్నాయి. ఖుషి కంగారు మరింత ఎక్కువ అయ్యింది. కార్తీక్ ఎప్పుడు వస్తాడా అని అటు ఇటు చూసింది.

ఇంతలో డోర్ ఓపెన్ అయ్యింది. ప్లీజ్ సార్ అని ఆ కుర్రాడి వాయిస్, బట్ నోనో ఇట్స్ ఒకే ఐ విల్ మేనెజ్ థ్యాంక్ యు అని మరో వాయిస్, ఆ వాయిస్ కార్తీక్ దే అనుకుంది ఖుషి. డోర్ క్లోజ్ అయ్యింది. కార్తీక్ తన కోసం ఎదురు చూస్తున్న తన ప్రేయసిని చూసి గట్టిగా ఊపిరి పీల్చుకుని ఆమె వైపుఅడుగులు వెయ్యసాగాడు. ఇద్దరి గుండె చప్పుళ్ళు ఆ మూవీ థియేటర్ Dts సౌండ్ కన్నా చాలా ఎక్కువగా వున్నాయి.

హాయ్ ఖుషి అన్నాడు కార్తీక్, హాయ్ అంది ఖుషి,. దిస్ ఈజ్ ఫర్ యు అంటూ ఒక అందమైన పూల మొక్కను ఆమెకు అందించాడు. ఓ ఇట్స్ బ్యూటీ ఫుల్ థ్యాంక్ యు అంది. సో ఆర్ యూ బోర్డ్ అని

అడిగాడు. తను ఇచ్చిన సప్రైజ్ నచ్చాయా లేదా అని తెలుసు కోవటానికి తెలివిగా అడిగాడు.

ఖుషి నోనో Actually నాట్ అంది. ఓ దట్స్ కూల్ ఐ థింక్ మూవీ గోన స్టార్ట్ నౌ అన్నాడు. //( ఇద్దరూ ఇంగ్లీష్ లోనే మాట్లాడుకున్నారు కానీ తెలుగు లో రాశాను)//

యు ష్యూర్ అంది. కార్తీక్ ఇచ్చిన మొక్కను పట్టుకుని తను సోఫా చివరికి జరిగి కూర్చుంది. తన పక్కనే కార్తీక్ ఇచ్చిన మొక్కను ఫ్లవర్ బుకె ను పెట్టింది. మొక్కకు ఇటు పక్కన కార్తీక్ కూర్చున్నాడు. అంటే ఇద్దరి మధ్యన దూరం ఒక అందమైన పూల మొక్క, సో ఈ రోజు ప్లాన్ ఏంటి అని అడిగాడు కార్తీక్. నథింగ్ మచ్ ఒక మొబైల్ కొనాలి మా మమ్మీ నన్నూ చంపేస్తున్నారు. అలాగే ఇంకేమైన నచ్చితే షాపింగ్ చెయ్యాలి అంది ఖుషి. ఖుషి నువ్వు ఏమీ అనుకోకపోతే ఇలా ఒంటరిగా ఏమని చెప్పి ఇంటిలో మేనెజ్ చేసావు అన్నాడు కార్తీక్. ఓ అదా నేను చిన్నప్పటి నుండి చాలా ఇండిపెండెంట్ సో ఎక్కువ టైమ్ ఒక్క దానినే స్పెండ్ చేస్తాను. బట్ ఫ్రెండ్స్ తో ఎంజాయ్ చేసే టైం ఫ్రెండ్స్ తో ఎన్జాయ్ చేస్తాను. ఇలా ఒక్కదాన్నే ఎన్జాయ్ చేసే టైం లో, ఒక్కదానినే ఎన్జాయ్ చేస్తాను. మమ్మీ డాడీ కి తెలుసు Month లో ఒక్కసారో లేదా రెండు సార్లు ఇలా ఒక్కదానినే షాపింగ్ కి వెళ్తూ వుంటాను అని.

వావ్ దట్స్ రియల్లి ఆసమ్, "ఎంటి అంది ఖుషి", " నేను కూడ అంతే ఫ్రెండ్స్ తోవుండే టైం ఫ్రెండ్స్ తో గడుపుతాను, నేను ఒక్కడినే స్పెండ్ చేసే టైం నేను ఒంటరిగా గడుపుతాను" అన్నాడు కార్తీక్.

అలాంటి టైం లో ఎక్కువ మ్యూజిక్ వింటాను అన్నాడు కార్తీక్. బట్ ఖుషి నీకు ఇలాంటి అలవాటు వుండటం నాకు ఈ రోజు చాలా బెన్ ఫిట్ అయ్యింది అన్నాడు కార్తీక్.

అబ్బా అని ఒక చిన్న స్మైల్ విసిరింది ఖుషి, ఓ డియర్ నా ప్రేయసి " నీ నవ్వు" ఇంత అందంగా వుంటుందా, ఎక్కడో గుండె లోతులలో కవ్వింత పెడుతుంది అనుకున్నాడు కార్తీక్,. ఏమి మూవీ అంది ఖుషి, ఇది Twilight అన్నాడు, ఓ ఓకే అంది.

//లైట్ డిమ్ చేసారు థియేటర్ లో మూవీ స్టార్ట్ అవ్వబోతుంది.//

ఇంతలో కార్తీక్ ఖుషి ని దీర్ఘంగా చూస్తూ నే వున్నాడు. ఏమైంది కార్తీక్ అంది ఖుషి. "ఖుషి యు ఆర్ సో బ్యూటీఫుల్ అన్నాడు". ఒక్కసారిగా ఖుషి సిగ్గుతో కళ్ళను పక్కకు తిప్పుకుంది. అందంగా నవ్వుకుంది. ఒక క్షణం ఆగి థ్యాంక్యు కార్తీక్ అంది. మూవీ స్టార్ట్ అయ్యింది బట్ ఇద్దరూ మూవీ ని చూస్తున్నారన్న పేరే కాని ఇద్దరూ మనసులో మాట్లాడుకుంటు నే వున్నారు. ఎంత ధైర్యం వున్నా ఖుషి ఆడపిల్ల అవ్వటం వల్ల కార్తీక్ ముందు మృదుపైన మల్లెలా ముడుచుకుపోయింది.

కార్తీక్ మాట్లాడితే బాగుండును అని ఎదురుచూస్తుంది. "ఇంతలో కార్తీక్ ఖుషి నువ్వు కంఫర్ట్ బుల్ గానే వున్నావ? ఎందుకంటే ఇక్కడైతే మనకి ఎలాంటి డిస్టర్బెన్స్ వుండదు అని ఇలా ఎరేంజ్ చేసాను అని అడిగాడు". కార్తీక్ అలా అడగటం, కార్తీక్ లోని మంచి తనాన్ని ఖుషి ముందు పెట్టినట్లయ్యింది. "ఖుషి వెంటనే ఎస్ కార్తీక్, ఐ రియల్లీ లైక్

ఇట్ అంది. నాకు నువ్వు ఇచ్చిన ప్రతి సప్రైజ్ చాలా నచ్చింది అంది ఖుషి". "కార్తీక్ వెంటనే ఖుషి నీకు ఇంకొక చిన్న సప్రైజ్ అని ఒక చిన్న గోల్డ్ రింగ్ బాక్స్ ని తీసాడు, ఖుషి "ఐ లవ్ యు డియర్" అని బాక్స్ లో వున్నా ఉంగరాన్ని ఖుషి కి అందించాడు.

ఖుషి సిగ్గుపడుతూ ఉంగరాన్ని తీసుకుని "ఐ టూ లవ్ యు కార్తీక్ అంది. ఓ దేవుడా ఈ క్షణాలు మధుర క్షణాలు అనుకున్నారు ఇద్దరూ వారి మనసులో. ఇట్స్ సో బ్యూటీ ఫుల్ కార్తీక్ అంది ఖుషి. ఆ రింగ్ వైపు చూస్తూ అంది. హార్ట్ సింబల్ లో 'k' అనే లెటర్ చాలా బాగుంది కార్తీక్ అంది ఖుషి. ఓ thank you అని అన్నాడు. మె ఐ అన్నాడు కార్తీక్. ఎస్ ష్యూర్ అంటూ తన ఎడమ చేతిని కార్తీక్ వైపు చాపింది. కార్తీక్ ఆమె చేతికి ఆ ఉంగరాన్ని తొడిగాడు, ఆమె చేతి స్పర్శ అతనికి మైకం కమ్మినట్లు అయ్యింది. రింగ్ తొడిగిన వెంటనే ఆమె చేతిని ముద్దు పెట్టుకున్నాడు.

ఇద్దరిలోను ఒక 10 నిమిషాల మౌనం. ఆ మూవ్మెంట్ ని ఎంజాయ్ చేస్తూనే వున్నారు. ఈ సారి ఖుషి ధైర్యం తెచ్చుకుని వాటర్ అంది, కార్తీక్ ఒక నిమిషం అని డోర్ బయటకు వెళ్ళి బాయ్ కి ఏదో ఆర్డర్ చెప్పి వచ్చాడు. క్షణాల్లో బాయ్ ఒక వాటర్ బాటిల్ అండ్ పాప్ కార్న్, కూల్ డ్రింక్ తో ప్రత్యక్ష మయ్యాడు. కార్తీక్ ఆ కుర్రాడికి ఒక 50 రూ. టిప్ ఇచ్చి పంపెసాడు. వాటర్ తాగి గొంతు సవరించుకుని ఖుషి కార్తీక్ అని పిలిచింది, అప్పుడే ఇంటర్ వెల్ బ్రేక్ పడింది మూవీ లో, హ ఎస్ ఖుషి అన్నాడు కార్తీక్.

కార్తీక్ ఈ రింగ్ చాలా బాగుంది ఎక్కడ కొన్నావు అంది. ఇక్కడే ఈ షాపింగ్ మాల్ లోనే 3 డేస్ బ్యాక్ ఆర్డర్ చేస్తే ఈ రోజే డిజైన్ చేసి ఇచ్చారు అన్నాడు కార్తీక్. ఇఫ్ యు డోంట్ మైండ్ నాకు దీని బిల్ ఇస్తావా అని అడిగింది ఖుషి. ఒక్క నిమిషం ఏమీ అర్థం కాలేదు కార్తీక్ కు ఎందుకు ఖుషి బిల్ అడుగుతుంద అని అనుకున్నాడు. బట్ ఆ సందేహంతోనే బిల్ తీసి ఖుషి కి ఇచ్చాడు. ఖుషి ఆ బిల్ తీసుకుని తన హ్యాండ్ బ్యాగ్ లో పెట్టుకుంటూ, కార్తీక్, ఈ రింగ్ నీ ప్రేమని తెలియజేస్తూ నువ్వు నాకు ఇచ్చిన మొదటి కానుక, సో ఈ క్షణం నుండి నేను నా చివరి శ్వాశ తీసుకునే వరకు నాతోనే వుండాలి. అందుకే ఈ బిల్ తీసుకున్నాను ఇప్పుడు ఈ బిల్ తీసుకెళ్ళి మా అమ్మకి చూపించి నాకు బాగా నచ్చి ఈ రింగ్ తీసుకున్నాను, అని చెప్పుతాను, సో ఇంకెప్పుడు ఈ రింగ్ తియ్యవలసిన పని వుండదు కదా అంది.

ఆమె మనసు, ఆమె ఆలోచనలు కార్తీక్ కు మరింత చేరువయ్యాయి. ఖుషి ఐ యామ్ సో లక్కీ, ధట్ యు ఆర్ ఇన్ మై లైఫ్ అన్నాడు కార్తీక్. ఆమె మొహం ఆ మాట వినగానే మరింత వికసించింది, ధ్యాంక్ యు కార్తీక అంది. ఇట్స్ బ్రేక్ టైం, యూ వాంట్ ఎనిథింగ్ టు ఈట్ ఆర్ యూ వాంట్ టు గో అవుట్ అని అడిగాడు కార్తీక్. No ఐ యామ్ ఒకే అంది ఖుషి. ఖుషి తనకి కార్తీక్ మధ్యలో వున్నా మొక్కను తీసుకుని, కార్తీక్ ఇది ఎ ప్లాంట్ అంది ఖుషి. దిస్ ఇజ్ ఎన్ ఇన్డోర్ ప్లాంట్, విచ్ ఈజ్ Imported from U.K అన్నాడు. ఒకే దీజ్ Flowers ఆర్ బ్యూటీ ఫుల్ అంది ఖుషి. యు లైక్డ్ ఇట్ అన్నాడు కార్తీక్. ఆఫ్ కోర్స్ ఇట్ విల్ బి పార్ట్ ఆఫ్ మై బెడ్ రూమ్ ఫ్రమ్ నౌ, అని

మధ్యలో వున్నా మొక్కను తీసి తను మధ్యలో కి జరిగి మొక్కను తన పక్కన పెట్టింది.

కార్తీక్ ఖుషి Move ను అబ్సార్వ్ చేసి ఈ ఫ్లవర్ బుకె ఇంకా పెద్దవి తీసుకుందమనుకున్న బట్ నువ్వు Carry చెయ్యటం ఇబ్బందిగా వుంటుందేమో అని చిన్నవి తీసుకున్న అంటూ వారి ఇద్దరి మధ్యలో వున్నా ఫ్లవర్ బుకెను తీసి తన పక్కన పెట్టి తను ఖుషి పక్కకి జరిగాడు. ఖుషి ఎడమ చెయ్యిని తీసి తన రెండు చేతుల మధ్యలో పెట్టుకున్నాడు. తరువాత రిలాక్స్డ్గా సోఫాకి జారపడి కూర్చుని, ఖుషి అన్నాడు. హు చెప్పు కార్తీక్ అంది ఖుషి, అసలు నన్ను ఏమి చూసి ఇష్టపడ్డావు. ఇంత ధైర్యంగా లవ్ చేసావు అని అడిగాడు.

ఖుషి సిగ్గుపడుతూ నెమ్మదిగా, కార్తీక్ గుండెల పై తన తల వాల్చింది చెప్పనా? ఏమి జరిగిందో అంది! హు చెప్పు అన్నాడు. ఎక్చువల్ గా ఎవ్రీ Saturday నేను నా క్లాత్స్ అన్ని వాష్ చేసుకుని నైట్ నా రూమ్ అంతా సర్దుకుని పడుకునే సరికి' బాగా లేట్ అవుతుంది, అందువల్ల ఎవ్రీ Sunday మోర్నింగ్ చాలా లేట్ గా లేవటం నాకు అలవాటు.... లేచేది లేవగానే నా రూమ్ నుండి రివర్ వ్యూ చాలా అందంగా వుంటుంది, దానిని ప్రశాంతంగా ఎంజాయ్ చెయ్యటం అలవాటు కాని ఒక 4,5 మంత్స్ నుండి ఎవరో బ్యాచ్ ఎవ్రీ సండే మా ఫ్లాట్స్ వెనుక వున్నా కార్ పార్కింగ్ లో క్రికెట్ ఆడటం స్టార్ట్ చేశారు. సో ఎవ్రీ సండే నా స్లీప్ డిస్టర్బ్ అవుతుంది. చాలా కోపం వచ్చింది, కాని ఒక 3 మంత్స్ ముందు ఒక ఫైన్ సండే మోర్నింగ్ యాజ్ యూజ్ వల్ గా క్రికెట్ ఆడే ఆటగాళ్ళ వల్ల నా నిద్ర డిస్టర్బ్ అయ్యింది. చాలా చిరాకుగా తిడదాము అని నా బెడ్ రూమ్ బాల్కని

కర్టేన్స్ ఓపెన్ చేసాను. తిట్టాలని బాల్కని లోకి వచ్చాను, అంతె ఒక హిరో బెటింగ్ చేస్తున్నాడు.

అతను వేసుకున్న టి- షర్ట్ మొత్తం చెమటతో తడిచిపోయింది Bat టైట్ గా పట్టుకునే సరికి అతని చేతి నరాలు పచ్చగా కనిపిస్తున్నాయి. నుదిటి పై నుండి చమట బొట్టు అతని కంటి రెప్పను చేరటాని కి ప్రయత్నిస్తుంది. ఇంతలో బౌలర్ వేసిన బంతి అతని బ్యాట్ కి తగిలి వాళ్ళు పెట్టుకున్న చిన్న బౌండరిని దాటి 6 కు దారి తీసింది. నేను అలా చూస్తుంది పోయాను అతను 7 పరుగులు చేసి అవుట్ అయ్యాడు. ఇంతలో అతని ఫ్రెండ్ వచ్చి ఇతని భుజం తట్టి వెల్ డన్ కార్తీక్ అన్నాడు. అప్పటి నుండి ప్రతీ సండే అతను క్రికెట్ ఆడుతుంటే చూడటం నాకు అలవాటు, అంతే కాదు అతను ఆఫీస్ నుండి వచ్చి తల వంచుకుని తన ఫ్లాట్ కి వెళ్ళిపోవడం, ఏ అమ్మయిని పట్టించుకో పోవటం నేను గమనిస్తూనే వున్నాను కార్తీక్ అంది ఖుషి. 'అమ్మ దొంగ అంటే నన్ను ముందు నుండే అబ్సర్వ్ చేసి నేను మంచి వాణ్ణి అని నన్ను సర్టిపై చేసుకున్నాకే నన్ను లవ్ చేశావనమాట అన్నాడు కార్తీక్', అవును నా Safety నేను చూసుకున్నాను అందులో తప్పు ఏమి వుంది అంది ఖుషి.

ఏమి తప్పో చెప్పన?? అని చాలా చిన్న స్వరంతో ఆమె చెవిలో గాలి ఊదుతూ అన్నాడు. ఖుషికి ప్రాణం పోయినట్లు అనిపించింది, కార్తీక్ అని తన కుడి చేతిని కార్తీక్ కుడి బుగ్గపై నుండి అతని చెవి పైకి తీసుకెళ్ళింది. కార్తీక్ ఒక నిమిషం కూడ లేటు చెయ్యకుండా తన రెండు చేతులతో ఖుషి మొకాన్ని పట్టుకుని ఆమె పెదవుల వైపుఆశగా చూశాడు. ఆమె సిగ్గుతో తన కళ్ళు దించుకునే వుంది. కానీ కార్తీక్ తన

పెదవులని, ఖుషి పెదవులతో జత చేర్చటానికి ముందుకు వచ్చి ఆమె పెదవులను తాకే సమయంలో మూవీ అయ్యిపోయి థియేటర్ లైట్స్ ఆన్ చేశారు. అంతే ఇద్దరూ ఒక్కసారిగా దూరం జరిగిపోయి కూర్చున్నారు.

I think మూవీ అయ్యిపోయినట్లుంది అన్నాడు కార్తీక్, హా అవును లెట్స్ గో అంది ఖుషి కంగారు పడుతూ, ఒకే లెట్స్ లీవ్ అన్నాడు కార్తీక్. ఇద్దరూ మొక్కను, ఫ్లవర్ బుకెస్ ను ఒక పెద్ద కవర్ లో వుంచి మూవీ థియేటర్ నుండి బయటకు వచ్చారు. కార్తీక్ వాట్స్ నెక్స్ట అన్నాడు, నేను మొబైల్ కొనుక్కోవాలి అంది ఖుషి. సో లిఫ్ట్ లో షాపింగ్ ఫ్లోర్ కి చేరుకున్నారు. ఒక మొబైల్ షాప్ లో ఖుషి ఒక మంచి మొబైల్ సెలెక్ట్ చెయ్యమని కార్తీక్ ని అడగటం తో, లేటెస్ట్ ఫీచర్స్ అన్ని వున్నా ఒక డ్యుయల్ సిమ్ మొబైల్ ని కార్తీక్ సెలెక్ట్ చేసాడు. అక్కడే ఖుషి 2 సిమ్ కార్డ్స్ కూడ తీసుకుంది, ఒక సిమ్ కార్డ్ ఓన్లీ ఫర్ యూ కార్తీక్ అంది, ఇట్స్ మై ప్లెషర్ Darling అన్నాడు. మొత్తం అయ్యాక బిల్ కౌంటర్ దగ్గరకు వెళ్ళారు లెట్ మీ పే యు అన్నాడు కార్తీక్. వద్దు నాకు ఇష్టం వుండదు నువ్వు సెలక్ట్ చేసావు నాకు అది చాలు అంది ఖుషి, అని తను బిల్ కట్టింది, తరువాత ఖుషి డ్రస్ చూడాలి అంటే కార్తీక్, ఖుషి అక్కడే వున్నా డ్రెస్ షాప్ కి వెళ్ళారు, అక్కడ కార్తీక్ ఖుషి ఒక ఫుల్ బ్లాక్ డ్రెస్ మెటిరియాల్ సెలెక్ట్ చేసాడు. ఇది స్ట్రిచ్ చేయించుకుని ఫస్ట్ నాకే కనపడాలి అన్నాడు, ఓకే మై ప్రిన్స్ అంది ఖుషి. షాపింగ్ డన్ నౌ ఐ యామ్ Hungrey అంది, ఓ కమ్ లెట్స్ హెవ్ ఫూడ్ అన్నాడు కార్తీక్. ఒక రెస్టారెంట్ కి వెళ్ళారు ఖుషి రాజ్మ చావల్ అంది, కార్తీక్ పన్నీర్ బటర్ మసాల అండ్ 2 బటర్ నాన్ ఆర్డర్

చేశాడు. లంచ్ అయ్యింది ఇంకో మూవీ కి వెళ్ళదామ అన్నాడు కార్తీక్, నో నో హాఫ్ డే నే పర్మిషన్, లెట్స్ గో హోమ్ అంది.

ఇద్దరూ బయటికి వచ్చారు. కార్తీక్ తన బైక్ తెచ్చాడు, మన కమ్యునిటికి 2 కిలోమీటర్ దూరంలో నేను ఆటో ఎక్కేస్తాను అంది ఖుషి, కార్తీక్ కూడ ఒకే చెప్పాడు. సో ఖుషి కార్తీక్ బైక్ ఎక్కింది, షాపింగ్ మాల్ దాటగానే ఆమె రెండు చేతులను కార్తీక్ నడుం పై చుట్టింది. ఒక్కసారిగా కార్తీక్ కు ఏమీ అర్ధం కాలేదు, తన ప్రేయసి తన బైక్ పైన తనను చుట్టుకుంది అని అనిపించగానే, ఒక చేతితో బైక్ డ్రైవ్ చేస్తూ అతని ఎడమ చేతితో ఆమె కుడి చేతిని పట్టుకుని ముద్దు పెట్టుకున్నాడు, ఖుషి చాలా హ్యాపీ గా ఫీల్ అయ్యి వెనుక నుండి కార్తీక్ ను గట్టిగా హగ్ చేసుకుంది. ఇంకా వాళ్ళ ప్రయాణం మొదలు పెట్టిన కొద్దిసేపటికే, ఖుషి స్టాప్ స్టాప్ అంది.

కార్తీక్ ఎందుకు అని ఖుషి ని అడిగాడు, హాలో ఇంతకు మించి ముందుకు వెళ్తే ప్రోబ్లం అవుతుంది. నేను ఇక్కడే దిగి ఆటో ఎక్కేస్తాను అంది. ఓ, నో అప్పుడే వచ్చేసామా అన్నాడు కార్తీక్. అంతే కార్తీక్ మనకు నచ్చిన వాళ్ళతో ఉన్నప్పుడు టైమ్ అస్సలు తెలియదు, ఎని వె బాయ్, కాల్ యు ఇన్ ద ఈవినింగ్ అంది. ఒకే ఎట్ లీస్ట్ ని ఆటో ని ఫాలో చేస్తాను అన్నాడు. ఒకే ఇట్స్ యువర్ విష్ ఎందుకంటే అది ఎవరు కేర్ చెయ్యరు అంది. వెంటనే ఖుషి చెయ్యి చాపి ఒక ఆటో ఎక్కి తను వెళ్ళాల్సిన అడ్రస్ చెప్పింది. ఆటో ని ఫాలో అవ్వుతూ కార్తీక్ వెళ్ళాడు.ఇద్దరూ Loda కమ్యూనిటి లోకి వెళ్ళారు. హ్యాపీ గా పక్క పక్క బ్లాక్స్ అవ్వడంతో ఎవరి బ్లాక్ కి వాళ్ళు వెళ్ళి పోయారు. కార్తీక్ ఇంటికి వెళ్ళే సరికి వాళ్ళ చెల్లి హాల్లో టి.వి చూస్తుంది. అన్నయ్య

ఇప్పటికైన వచ్చావు! ఎలా అయ్యింది క్లైంట్ తో మీటింగ్ అంది సప్త. హా ఫైన్ రా బట్ బాగా టైర్డ్ అయ్యిపోయాను అన్నాడు. How ఎబౌట్ యువర్ డే అన్నాడుకార్తీక్. బోరింగ్ అన్నయ్య, ఖుషి షాపింగ్ కి వెళ్ళింది. సో నేను ఒక్కదానినే అయ్యిపోయాను అంది. అవునా మరి నువ్వు కూడ తనతో వెళ్ళక పోయావా అన్నాడు. నో అది అప్పుడప్పుడు ఒక్కతే షాపింగ్ కి వెళ్ళే ఒక పిచ్చి అలవాటు ఉంది లే, అయిన ఎప్పుడు వస్తుందో ఎంటో అంది సప్తా. ఇంతలో సప్తా ఫోన్ రింగ్ అయ్యింది ఎదో న్యూ సెంబర్ అన్నయ్య 1 నిమిషం అని ఫోన్ లిఫ్ట్ చేసింది. ఇంతలో అటు నుండి ఖుషి, హాయ్ సప్తా అంది,' oh ఖుషి "అ యామ్ బోర్ Yaar అండ్ whose నంబర్ ఈజ్ దిస్ అంది". ఖుషి నువ్వుతూ దిస్ ఈజ్ మై నంబర్ ఐ Brought న్యూ మొబైల్ అంది ఖుషి. ఓ మై గాడ్ వేర్ ఆర్ యూ అంది సప్తా. ఐ యామ్ ఎట్ మై హోమ్ కమ్ ఐ విల్ షో యూ, టుడే షాపింగ్ అంది ఖుషి. 2 మినిట్స్ ఐ విల్ బి దేర్ అంది సప్తా. ఫోన్ పెట్టేసి అన్నయ్య నేను అర్జెంట్ గా ఖుషి ని కలవాలి నీతో మళ్ళి మాట్లాడుతా అన్నయ్య బై ani ఖుషి వాళ్ళ ఫ్లాట్ ki వెళ్ళింది సప్తా.

ఖుషి అప్పుడే కొంచెం లెమన్ జ్యూస్ తాగి గ్లాస్ కిచెన్ లో పెట్టింది. ఇంతలో బెల్ మోగింది ఖుషి వాళ్ళ అమ్మ డోర్ తీసి, రా సప్తా అని లోపలకి పిలిచింది. ఖుషి కిచెను లో నుండి వచ్చి సప్తా ను హగ్ చేసుకుంది. ఇంతలో ఖుషి వాళ్ళ అమ్మ " అబ్బా ఏమీ Friendship ఇద్దరూ ఒకరిని విడిచి, ఒకరు ఒక పూట కూడ వుండలేరు" అంది. అవును ఆంటీ అంది సప్తా. సప్తా ఏమీ తీసుకుంటావు అంది ఖుషి వాళ్ళ అమ్మ, ప్లీజ్ ఏమీ వద్దు ఆంటీ, ఫస్ట్ ఖుషి ఏమి షాపింగ్ చేసిందో

చూడాలి అంది సప్తా. అవును మీ ఫ్రెండ్ ఏమీ కొన్నాదో ఇంకా నాకు కూడా చూపించలేదు, పదండి కలిసి చూద్దాము అంది ఖుషి వాళ్ళ అమ్మ.

ముగ్గురు ఖుషి రూమ్ కి వెళ్ళారు. ఒకే ఫస్ట్ మమ్మీ ఈ రింగ్ ఎలా వుంది చెప్పు అని తన ఎడమ చేతికి వున్నా రింగ్ ను చూపించింది ఖుషి, వాళ్ళ అమ్మా ఖుషి చెయ్యి పట్టుకుని చూసి వావ్ బెటా బహుత్ అచ్చా 'k' సింబర్ అచ్చా అంది. సప్తా కూడ ఖుషి చెయ్యిని చూసి వెర్రి బ్యూటీ ఫుల్ అంది. ఖుషి వాళ్ళ అమ్మకు, 'ఎ లో 25,000 రింగ్ కా బిల్' అని బిల్ ఇచ్చింది. అన్నయ్యలు ఇచ్చిన ఈ 3 మంత్స్ పోకెట్ మని దీనికే సరిపోయింది అంది. అలాగే 'ఎ దేకో అని తన ఫ్లవర్ వాజ్ లో వుంచిన 3 బుకేస్ ను అలాగే కొత్తగా పెట్టిన మొక్కను కూడ చూపించింది', ఖుషి వాళ్ళ అమ్మ, సప్తా ఇద్దరూ అన్ని ఇన్ట్రస్టింగా చూసారు. ఫైనల్లి దిస్ వన్ అని తన కొత్త మొబైల్ ను ఖుషి వాళ్ళ అమ్మా చేతిలో పెట్టింది. అంతే సప్తా, ఖుషి వాళ్ళ అమ్మ ఇద్దరూ గట్టిగా అరిచి, క్లాప్స్ కొట్టారు. ఫైనల్లి యు గాట్ ఎ మొబైల్ అంది సప్తా. ఈ రోజే నీ నంబర్ అన్నయ్య లకు, డాడి కి, ఇస్తాను చాలా హ్యాపీ ఫీల్ అవుతారు అంది ఖుషి వాళ్ళ అమ్మ. మమ్మీ, మొత్తం ఫాకెట్ మనీ కాళీ, సో నీ కోరిక మేరకు మొబైల్ కొనుక్కు న్నందుకు ఈ మంత్ కొంచెం ఎక్కువ పాకెట్ మనీ ఇప్పించు అంది ఖుషి. ఒకే ష్యూర్ అంది ఖుషి వాళ్ళ అమ్మా. నాకు కిచెన్ లో పని వుంది అని ఖుషి వాళ్ళ అమ్మ వెళ్ళి పోయింది. ఖుషి సప్తా బాగా అల్లరి చేసి సెల్ఫీ దిగారు ఇంక ఈవినింగ్ కలుద్దాం అనుకుని సప్తా వెళ్ళి పోయింది.

సప్తా, ఖుషి రూమ్ నుండి బయట అడుగు పెట్టిందో లేదో, ఖుషి సెల్ కి 1న్యూ మెసేజ్ పంపాడు karthik, thank you for choosing me in your life 'my dear preyasi, ani pampadu'. " in my life too" అని ఖుషి రిప్లే చేసింది.

"మిస్ యూ డియర్" అని కార్తీక్ మళ్ళీ మెసేజ్ చేసాడు.

"ఒకే కార్తీక్ టెల్ మీ వై యు గెవ్ మీ డైరీ మిల్క్ " అంది.

"ఐ లైక్ డైరీ మిల్క్ చాక్లెట్స్ అందుకే ఇచ్చాను అని రిప్లై చేసాడు."

"Do you know, what does diary milk stands for?" అంది ఖుషి.

నో ఐ డోంట్ నో అన్నాడు కార్తీక్. అందుకే నిన్ను లవ్ చేసాను ముద్ద పప్పు అంది ఖుషి. ఏంటి నేను ముద్ద పప్పా? అన్నాడు కార్తీక్. "ఎస్ యు ఆర్"! "ఖుషి అలా అనకు నేను ప్రూవ్ చేసుకుంటాను ముద్ద పప్పు కాదని" ప్రూవ్ చేసుకుంటే నీకు ఒక గిఫ్ట్ ఇస్తాను". "ఒకే డైరీ మిల్క్ మీనింగ్ తెసుసుకుని అప్పుడు మెసేజ్ చేస్తాను, అప్పటి వరకు బై డార్లింగ్" ఒకే బై లవ్ యు అంది ఖుషి."

ఇంతలో కార్తీక్ ఫ్లాట్ కాలింగ్ బెల్ మొగింది, కార్తీక్ డోర్ ఓపెన్ చేయ్యగానే! చెల్లి సప్తా లోపలికి వచ్చింది. రావటం రావటమే అన్నయ్య తెలుసా నా ఫ్రెండ్ ఖుషి షాపింగ్ కి వెళ్ళింది, తను ఒక రింగ్, ఒక ప్లాంట్, డ్రెస్ ఇంకా మొబైల్ తెచ్చుకుంది. అన్ని ది బెస్ట్ గా వున్నాయి, దాని సెలక్షన్ సూపర్ అన్నయ్య అంది. ఒహో ఒకే అన్నాడు తనకు ఏమీ పట్టనట్లుగా, రోజు లాగా ఖుషి సప్తా పార్కులో కలుసుకున్నారు,

చాలా సేపు మాట్లాడుకుని ఎవరి ఫ్లాట్ కి వాళ్ళు వెళ్లారు. ఖుషి Dinner చేసి కార్తీక్ మెసేజ్ కోసం చాలా ఎదురు చూసింది. 10:40 కి ప్లీజ్ కమ్ టు Up Stairs అని మెసేజ్ పంపాడు కార్తీక్, ఖుషి సెల్ కి. ఆ మెసేజ్ చుసిన ఖుషి వెంటనే అమ్మా నాకు నిద్ర రావటం లేదు నేను కొంచెం సేపు టెర్రస్ మీద వాక్ చేసి వస్తాను అని చెప్పి, ఫ్లాట్ Keys తీసుకుని పైకి వెళ్ళింది. వెళ్తూ వెళ్తూ, అమ్మ నువ్వు, డాడి మీ ఇద్దరూ కూడ రావచ్చుగా Walk కి అంది, లేదు రా రేపు ఆఫీస్ కి త్వరగా వెళ్ళాలి,నాకు వంట గదిలో పని వుంది అని అన్నారు. సో వాళ్ళ అమ్మ, నాన్న పైకి రారు అని కన్ ఫామ్ చేసుకుని పైకి వెళ్ళింది ఖుషి. Steps చాలా Fast ga ఎక్కి టెర్రస్ డోర్ రాగానే చాలా స్లోగా డోర్ ఓపెన్ చేసింది. ఎవరు లేరు అంటే కార్తీక్ ఇంకా రాలేదు అనుకుని రెండు అడుగులు ముందుకు వెయ్యగానే ఖుషి చెయ్యి పట్టుకుని ఎవరో తన వైపు తిప్పు కోవటం జరిగింది. ఇంక ఎవరు మన హిరో కార్తీక్.

"ఏంటి ముద్ద పప్పు కాదు అని ప్రూవ్ చేసుకోవటానికి ఇంత టైమ్ పట్టిందా"! "డైరీ మిల్క్ మీనింగ్ ఎప్పుడో తెలుసుకున్నాను, కానీ ప్రూవ్ చెయ్యటానికి కరెక్ట్ టైం కోసం ఎదురు చూసాను."!

"అవునా! ఇప్పుడు ఎలా ప్రూవ్ చేస్తారో సార్, అంది ఖుషి". చెప్పనా అంటూ ఖుషి బుజాల పైన చెయ్యి వేసి ఖుషి ని నెమ్మదిగా గోడకు చేరవేసాడు. "కార్తీక్ వాట్ ఆర్ యు" అని ఏదో అడగ బోతున్న ఖుషి పెదవులపై కార్తీక్ తన చూపుడు వేలును వుంచాడు. ఖుషి మాట మధ్యలోనే ఆగిపోయింది. కార్తీక్ ఖుషి చెవి దగ్గరగా వెళ్ళి "Darling always i remember you melted in lovely kisses" అంటూ ఖుషి మెడపైన ముద్దు పెట్టాడు, మళ్ళి “Darling always i remember you melted in lovely kisses" అంటూ ఖుషి కళ్ళను ముద్దులతో ముంచాడు, Darling always I remember you melted in Lovely kisses" అంటూ ఆమె నుదుట పైన, ఆమె లేత బుగ్గలపైన ముద్దుల వర్షం కురిపించాడు.

కార్తీక్ అంటు సిగ్గుతో kartheek గుండెలపై తన తలవాల్చింది ఖుషి. అరె ఖుషి ఇంకా నేను ముద్దపప్పు కాదు,అని prove చేసుకోవటం అవ్వలేదు అన్నాడు కార్తీక్. అరె Love చాలు నేను ఒప్పుకుంటున్నాను తమరు ముద్దపప్పు కాదు అని and డైరీ మిల్క్ meaning కూడా తమరు చెప్పినంత బాగా ఎవరు చెప్పి వుండకపోవచ్చు అంది ఖుషి, కార్తీక్ ని గట్టిగా hug చేసుకుని. So darling నువ్వు నాకు ఏదో గిఫ్ట్ ఇస్తాను అన్నావుగా మరి ఏది నా gift అన్నాడు కార్తీక్. Gift కావాలా అంటు కార్తీక్ షర్టు కాలర్ పట్టుకుని అతనిని ఈ సారి ఆమె ఉన్న ప్లేస్ లోకి గట్టిగ లాగింది "Hey kushi what are you...."అని Question చేయబోతున్న కార్తీక్ పెదవులు పై ఆమె పెదవులను చేర్చింది. ఇంక ప్రేమలో ఉన్న వాళ్ళ మొదటి ముద్దుకు time తన విలువను తెలియ చెయ్యలేక పోయింది.

కార్తీక్ తన pocket లో నుండి మరో Dairy milk chocolate తీసి this is for you dear అని ఆమెకు తినిపించాడు. Oh what's the time అంది ఖుషి its 12:30 AM oh god i need to go kartheek, mom dad లేస్తే కంగారు పడతారు bye అని మెట్ల వైపు పరుగు తీసింది. Ok ok please careful slow గా వెళ్ళు అని కార్తీక్ చెప్పాడు ఇద్దరు ఎవరి ప్లేస్ కి వాళ్ళు చేరుకున్నారు. ఇక కొత్త ప్రేమ జంటలకు హెల్ప్ చేయడానికే ఫోన్ కనిపెట్టారు అన్నట్లు గా కార్తీక్ ఖుషి కి కాల్

చేసాడు, ఒక Ring ke phone Lift చేసింది. ఎంటి darling ఇంకా నిద్రపోలేదా అన్నాడు కార్తీక్,లేదు కార్తీక్ నువ్వు బాగా Distrub చేస్తున్నావు అంది చిలిపిగా, చిన్న స్వరంతో.. అలాగా అయితే వచ్చి నిద్రించనా అన్నాడు, వద్దు వద్దు బాబు నువ్వు ఏదో ముద్దపప్పువి అనుకున్నాను, but తమరిలో ఒక మన్మధుడు వున్నాడు అని తెలిసింది, అంది ఖుషి. “thank you” అన్నాడు కార్తీక్. Thankyou ఎందుకు అంది ఖుషి... ముద్దపప్పు నుండి మన్మధుడిగా promotion ఇచ్చినందుకు అన్నాడు Kartheek. “What's your favourate Color” అన్నాడు కార్తీక్, ఇంకా అలా మొదలైన favourate color దగ్గరి నుండి ఇద్దరి ఇష్టాలు అభిరుచులు, చుట్టాలు,పట్టాలు ఇద్దరి ఫోన్ స్విచ్ ఆఫ్ అవ్వటం,ఛార్జింగ్ పెట్టడం మాటలు మారటం, అస్సలు రాత్రి ఎప్పుడు గడిచిందో సూర్య కిరణాలు వాళ్ళ Bed Rooms కి తాకే వరకు వారికి తెలియదు...... Oh no morning 6'O clock ok కార్తీక్ bye, ఒకే ఖుషి నేను కుడా office కి Ready అవ్వాలి అంటు ఫోన్ కట్ చేసి, బెడ్ పైన అటు ఇటు కదులుతూ నిద్రను మరచి వారి ప్రేమలోని మధురమైన క్షణాలను గుర్తు తెచ్చుకుంటూ... Ready అయ్యి ఆఫీస్ కి, Kushi క్లాసు కి వెళ్ళారు.

//దేవుడు మనుషులకి ఇచ్చిన వరం నిద్రను మనుషులు మరిచిపోయిన నిద్ర మాత్రం మినుషులను ఏ మాత్రం మరచిపోదు. అందుకే కార్తీక్ ఆఫీస్ లో బ్రేక్ దొరికిన ప్రతిసారి తన డెస్క్ పైన నిద్రపోయాడు. ఖుషి Class లో ఏమి జరుగుతుందో మరచి పోయి తన Note Book పై తల పెట్టుకునిమరీ నిద్రపోయింది.//

ఇంకా ఆరోజు నుండి మొదలు అయ్యింది మన కొత్త జంట ప్రేమ కష్టాలు. ప్రతి మనిషి తన Life లో ఏదో టైం లో ప్రేమను ఆస్వాదిస్తాడు. ఆ ప్రేమ ఎంత హాయిని ఇస్తుందో ఎంత గమ్మత్తుగా ఉంటుందో ప్రేమను అనుభవించిన వ్యక్తికే అది తెలుస్తుంది. ఎన్నో నిద్రలేని రాత్రులు ఫోన్ లో మాట్లాడుతూ గడిపేసారు, Wakeup Calls & gudnight messages ఇలా ఖుషి, కార్తీక్ ల ఫోన్స్ మమ్మల్ని ఎందుకు దేవుడా కనిపెట్టావు అని అనుకునేలా గడిపారు.

ఇంతలో సప్తా క్లాసెస్ ఖుషి క్లాసెస్ అయిపోయాయి ఇద్దరు IMS exam బాగా రాసారు. exams అయ్యేసరికే సప్తా Mumbai వచ్చి 8 నేలలు అయ్యిపోయింది. దానితో కార్తీక్ వాళ్ళ అమ్మ నాన్న ఇంక చదివింది చాలు, సప్తాను ఇంటికి పంపమని కబురు పెట్టారు.

ఈ 8 నెలల్లో కార్తీక్, ఖుషి ల ప్రేమలో ఎంతగా మునిగి పోయారో అంతకన్నా ఎక్కువుగా kushi, సప్తా friendship లో మునిగి పోయారు. అయిన కూడ సప్తా కి వాళ్ళ అన్నయ్య ఖుషిని ప్రేమిస్తున్న విషయం ఏమాత్రం తెలియదు. IMS exam అయ్యక సప్తా ఇంటికి వెళ్ళిపోయింది, సప్తాకి అప్పటికే Mumbai, Hyderbad ప్రయాణం బాగా అలవాటు అయ్యింది. So సప్తా ఒక్కదానికే Reservation చెయించాడు కార్తీక్. సప్తాను send off ఇవ్వటానికి ఖుషి కుడా వస్తానని సప్తతో చెప్పింది. సప్తా చాలా happy ga feel అయ్యింది. తన Best Friend తనను డ్రాప్ చెయ్యటానికి వస్తాను అనటంతో, Cab బుక్ చేసి కార్తీక్, ఖుషి, సప్తా, కళ్యాణ్ ట్రెన్ స్టేషన్ కు వెళ్లారు. ఖుషి బాగా Sentimental అవ్వడంతో సప్తా Train board చెయ్యగానే కళ్ళల్లో నీళ్ళు పెట్టుకుంది Don't forget to call me అన్నది సప్తా,

Ok Sure But please మా ఇంటికి రావాలి ఖుషి ప్లాన్ చెయ్యి, అన్నయ్య దగ్గరవుండి నిన్ను తీసుకు వస్తాడు అంది, Oh sure అంది. ఇద్దరూ స్నేహితురాళ్ళ కళ్ళనుండి నీళ్ళు జారాయి, సప్తా కళ్ళు తుడుచుకుంటూ అన్నయ్య ఖుషిని నీతో తీసుకు వెళ్ళు ఒక్కడివే వెళ్ళిపోకు అంది. Aaah Ok ra అన్నాడు కార్తీక్ ఇంతలో train కి Green Signal పడింది. అంతే సప్తా కి బై చెప్పి కార్తీక్, ఖుషి ఇద్దరు Train దిగారు. ఇంతలో train move అయ్యి వెళ్ళిపోయింది. అంతే ఖుషి కార్తీక్ ను పట్టుకొని గట్టిగా ఏడ్చింది. కార్తీక్ ఖుషి ఊరుకో అందరు నిన్నే చూస్తున్నారు అయినా నేను ఇంటికి వెళ్ళినప్పుడల్లా నువ్వు నాతో వద్దువు కాని, ఎంతైన అది మీ అత్త వారి ఇల్లే కదా అన్నాడు. టక్కున నవ్వింది ఖుషి. కార్తీక్ తన పాకెట్ లో ఉన్న కర్చీఫ్ తీసి ఆమె కళ్ళను తుడిచాడు.ఇంకా ఇద్దరు taxi లో వెనుకకి బయలుదేరారు. టాక్సీ లో కార్తీక్ తన flat second key తీసి ఖుషి కి ఇచ్చాడు, ఖుషి కీస్ తీసుకుని కార్తీక్ బుగ్గ పై ముద్దు పెట్టి thank you అంది. i want "డైరీ మిల్క్ చాక్లెట్ అన్నాడు కార్తీక్" తోడి షరం కరో డ్రైవర్ హై, గాడి మె అంది " ఖుషి. “అభి నహి ఆజ్ రాత్ కో' అన్నాడు కార్తీక్. "అచ్చా chocolate హైనా! మిలేగా అంది ఖుషి. అంతే ఇద్దరు గట్టిగా నవ్వుకున్నార. ఇంతలో Loda లోకి taxi వచ్చేసింది. Flats ముందు taxi ఆపి sir 'Destination ఆయా" అన్నాడు. ok అని కార్తీక్, ఖుషి ఇద్దరూ car దిగారు, ఖుషి bye చెప్పి వాళ్ళ flats కి వెళ్ళిపోయింది. కార్తీక్ Driver కి డబ్బులు ఇచ్చి తన flats కి వెళ్ళిపోయాడు. సప్తాకి call చేసి అంతా ok కదా నేను మన flat కి వచ్చేసాను. మీ friend కూడా వాళ్ళ Flats కి వెళ్ళిపోయింది అని

చెప్పాడు.Ok అన్నయ్య నేను పెద్ద అన్నయకి phone చేస్తాను bye అని సప్తా phone cut చేసింది.

సప్తా call కట్ చేసిందో లేదో కార్తీక్ ఫోన్ మళ్ళీ మోగింది. ఈ సారి ఖుషి కార్తీక్ ఫోన్ లిఫ్ట్ చేసి తన బెడ్ రూమ్ కి వెళ్ళాడు,"చెప్పు బంగారం అన్నాడు" కార్తీక్ thank you so much for this wonderful gift అంది ఖుషి. ఏంటి house keys అ అన్నాడు. అవును అంది.అయ్యో నువ్వు నా బంగారం త్వరలోనే చెల్లి పెళ్లి అయిపోతుంది అప్పుడు మన పెళ్లి, పెళ్లి అయ్యాక ఎలాగు తమకే ఇవ్వాలిగా keys అందుకే ఇప్పుడే ఇచ్చాను అన్నాడు. ఆ మాటలు వినగానే ఖుషి ఆనందానికే అంతులు లేవు వెంటనే అందుకే రా I Love you, Love u, Love u నా బుజ్జి అంది. ఇంకా చెప్పాలా ఆ మాటలు phone call ఎంత సేపు సాగిందో వాళ్ళకే తెలియదు మాట్లాడుతూ మాట్లాడుతూ ఎప్పుడు నిద్రలోకి జారుకున్నారో వారికే తెలియదు. Morning 7'O clock కి సప్తా call కి నిద్రలేచాడు కార్తీక్.అన్నయ్య నేను safe గా ఇంటికి చేరాను పెద్ద అన్నయ్య స్టేషన్ కి వచ్చి రిసీవ్ చేసుకున్నాడు అంది. ok రా నేను ready అయ్యి office కి వెళ్తాను అన్నాడు కార్తీక్ ok అని phone పెట్టేసింది సప్తా.

"Good morning బంగారం, నేను ఆఫీస్ కి వెళ్ళాక కాల్ చేస్తాను, సప్తా reached safely" అని మెసేజ్ టైపు చేసి ఖుషి కి పంపించాడు. ఖుషి IMS classes అయ్యి పోవటంతో ప్రశాంతంగా నిద్రపోతూనేవుంది.

ఆ రోజు సాయంత్రం office లో full ga tired అయ్యి ఇంటికి వచ్చిన కార్తీక్ కు ఖుషి ఎందుకు ఒక ఫోన్ కానీ message కానీ చేయలేదో అర్థం కాలేదు. అదే చిరాకుతో స్నానం చేసి తినడానికి ఏమైనా prepare చేసుకుందాం అనుకుంటూ తన phone మళ్ళీ చెక్ చేసుకున్నాడు but ఖుషి నుండి phone కానీ మెసేజ్ కానీ రాలేదు. సరే coffee పెట్టుకుని తనే ఖుషికి కాల్ చేయాలని డిసైడ్ అయ్యి కిచెన్ లోకి వెళ్ళాడు. కిచెన్ లోకి వెళ్ళగానే stove పైన వున్న pan లో ఏదోవుండటం గమనించి open చేసాడు."Panner butter masala curry",పక్కన hot box lo వేడిగా roti, మరి ఇంకో బాక్స్ లో సలాడ్,ఇంకో flax లో వేడి వేడిగా కాఫీ. అప్పుడు కార్తీక్ తనలో తనే చిన్నగా నవ్వుకున్నాడు. ఇందుకా మేడం కాల్ చెయ్యలేదు అనుకుని కాఫీ కప్ లో పోసుకుని, వెంటనే ఖుషి కి కాల్ చేసాడు ఏంటి బంగారం ఇది, ఎందుకు ఇంత కష్టపడ్డావు అయిన మమ్మీ వుండగా ఎలా మేనేజ్ చేసావు అని ఖుషిని అడిగాడు.

ఇన్ని రోజుల్లో ఎప్పుడూ లేనంత హ్యాపీనెస్ ఈ రోజే నాకు దొరికింది. నీకు మంచిగా వండిపెట్టడం నాకు అస్సలు కష్టమే కాదు, ఇంకా చెప్పాలంటే చాలా ఇష్టం. నువ్వు అన్ని టేస్ట్ చేసి నాకు చెప్పు ఎలా ఉన్నాయో అంది ఖుషి.

టేస్ట్ చేయకుండానే తెలుస్తుంది అమృతంగా వుంటాయి అని అన్నాడు కార్తీక్. ఇంతకీ ఎలా మేనేజ్ చేసావు అది చెప్పు అన్నాడు.

Very simple karthik మా మమ్మీ లంచ్ చేసాక మూడు గంటలు పడుకుంటారు.మమ్మీ నిద్రపోకపోతే బి.పి ఎక్కువ అవుతుంది అని

కంగారు పడతారు. సో మా మమ్మీ స్లీపింగ్ టైం, నేను నీకు కుకింగ్ టైం క్రింద కేటాయించాను అంది ఖుషి.

అబ్బో నువ్వు సూపర్ అండ్ తెలుగు బాగా నేర్చుకున్నావు ఎనిమిది నెలలో అన్నాడు కార్తీక్. మరి మీరు Hindi నేర్చుకున్నట్లే -- నేను తెలుగు నేర్చుకున్నాను అంది ఖుషి. ఓకే ఎంజాయ్ యువర్ డిన్నర్ అంది ఖుషి, అని ఫోన్ పెట్టి తన ప్రేయసి వండిన వంటల పై విజృంభించాడు.

అలా కార్తీక్ & ఖుషి లైఫ్ లో హ్యాపీనెస్ అల్లుకుంది. ఖుషి వండిన వంటలని రోజు చాల హ్యాపీ గా ఎంజాయ్ చేస్తున్నాడు కార్తీక్. అనుకోకుండా ఒక రోజు కార్తీక్ కు ఆఫీస్ లో ఫుల్ హెడేక్ వచ్చింది వెంటనే బాస్ దగ్గర పర్మిషన్ తీసుకొని ఇంటికి వచ్చేసాడు. టైం 3'o clock afternoon కావడంతో, ఖుషి busy busy గా కార్తీక్ కిచెన్ లో వంటలో మునిగిపోయింది. డోర్ లాక్ ఓపెన్ చేస్తున్న సౌండ్ రావడంతో టెన్షన్ పడి ఎవరా అని డోర్ కెమెరా లో నుండి చూసింది. చూసి షాక్ అయింది, కార్తీక్ ఈ టైం లో అని అనుకుంది.ఇంతలో కార్తీక్ డోర్ ఓపెన్ చేసుకుని లోపలకి వచ్చాడు,"హాయ్ బంగారం అన్నాడు" కార్తీక్ నువ్వు ఈ టైం లో ఇంటికి ఏమిటి అంది ఖుషి?

ఏమి లేదురా కుంచెం తలనొప్పిగా వుంది అంటూ తన షూ విప్పి షూ rack లో పెట్టి అక్కడే ఆశ్చర్యంగా చూస్తున్న ఖుషి ని వెనుక నుండి గట్టిగా హాగ్ చేసుకుని ఆమె భుజం పై తల వాల్చాడు. కార్తీక్ శరీరం ఖుషి శరీరాన్ని తాకగానే, ఖుషి తన చేతిని కార్తీక్ తలపైన వుంచింది "వెంటనే oh my god కార్తీక్,you got fever, ఒళ్ళు చూడు

ఎలా కాలిపోతుందో,oh God పదా హాస్పిటల్ కి వెళ్దాము అంది."No No Dear please ఇలా ని ఒళ్ళో కొంచెం సేపు పడుకుంటాను చాలు ఫీవర్ తగ్గిపోతుంది అన్నాడు కార్తీక్". "ok అలాగైతే నువ్వు ముందు వెళ్లి ఫ్రెష్ అయ్యి రా అంది, కార్తీక్ డ్రెస్ మార్చుకొని వచ్చేసరికి వేడిగా టీ చేతికందించింది,టీ తాగగానే పారాసెటమాల్. టాబ్లెట్ వేసింది "coconut ఆయిల్ ఎక్కడ అని అడిగింది ఖుషి" "బాత్రూం డ్రా లో ఉంటుంది అని కార్తీక్ చెప్పాడు "కార్తీక్ తలను తన వడిలో పెట్టుకుని ఆయిల్ రాసి తలను మద్దన చేస్తూ " కైసె బతాయో తుముజుకో చాయె" అంటు పాట పడుతున్న ఖుషిని,తన తల పైకి ఎత్తిచూసాడు కార్తీక్. " బంగారం ఇలా ఈ క్షణం నీ ఒడిలో చనిపోయినా చాలు ప్రియ అన్నాడు." చనిపోయి ఏమి చేస్తాము కార్తీక్, బ్రతికి మన ప్రేమలో ఇలాంటి మదుర క్షణాలను ఎన్నో కొన్ని వేలు చేర్చుకుందాము అంది ఖుషి. అందుకే రా I am so lucky నీ లాంటి ఆలోచనలు ఉన్న అమ్మాయి దొరకడం నా అదృష్టం అంటూ ఆమెను దగ్గరకు తీసుకుని ముద్దు పెట్టుకోబోతు ఆపి వేసాడు ఎందుకు అపేసావు, "you don't want dairy milk అంది ఖుషి". "లేదు బంగారం నా జ్వరం నీకు వస్తే, నేను తట్టుకోలేను అన్నాడు"! "ఓ హో అలాగా అయితే రైట్ నౌ నాకు డైరీ మిల్క్ కావాలి అని కార్తీక్ ను గట్టిగా హత్తుకుని ముద్దుపెట్టుకుంది. ఆలా ముద్దు పెట్టుకుని జోల పాడి, కార్తీక్ ను ఒక పసివాడి ల చూసుకుంది, కార్తీక్ వొళ్ళు కాలిపోవటం tho కార్తీక్ కు ఒక Cloth తడిపి అతని తలపై పెట్టింది. కార్తీక్ నిద్ర లోకి జారుకున్నాక నెమ్మదిగా కిచెన్ లోకి వెళ్లి కిచిడి చేసి Hotbox లో పెట్టి,తాను వాళ్ళ ఫ్లాట్ కి వెళ్ళిపోయింది.

"కార్తీక్ కు నైట్ 8'o clock కి కాల్ చేసింది ఖుషి, ఇప్పుడు ఎలా ఉంది అని అడిగింది. I am fine thank you రా అన్నాడు కార్తీక్, ఓకే కిచిడి చేసి హాట్ బాక్స్ లో ఉంచాను అంది తిని టాబ్లెట్ వేసుకుని పడుకో అంది. లేదు ఫోన్ లో మాట్లాడు అని గరాభంగా అడిగాడు please bangaram కొంచెం సేపు మాట్లాడారా, లేదు ఫోన్ ఎక్కువ సేపు మాట్లాడితే ఫీవర్ ఎక్కువ అవుతుంది నో ప్లీజ్ ఈ రోజుకి నేను చెప్పినట్లు చెయ్యి బంగారం అంది ఖుషి, "ఓకే అని కార్తీక్ ఫేస్ వాష్ చేసుకుని కిచిడి తిని టాబ్లెట్ వేసుకుని నిద్రపోయాడు. మార్నింగ్ ఖుషి కాల్ ఇప్పుడు ఎలా ఉంది బంగారం,ఆఫీస్ కి రెడీ అవుతున్నానాను, వాట్ ఈ రోజు లీవ్ పెట్టు అంది, No No i am absolutely fine fever పూర్తిగా తగ్గింది అన్నాడు కార్తీక్.ఓకే మరి టేక్ కేర్ ఆఫీస్ లో ఎక్కువ స్ట్రైన్ అవ్వకు అని చెప్పింది.

"ఖుషి", "హా చెప్పు అంది " thank you so much నిన్న నన్ను ఒక అమ్మలాగా చుసుకున్నావు అందుకే జ్వరం తగ్గింది, I Love you రా అన్నాడు,oh kartheek come on, you are my husband so తప్పదు సేవలు అంది. అలా వాళ్ళ ప్రేమకు అవధులు లేవు ఎప్పుడు ఆనందమే, ఆ ప్రేమ మత్తులో ఒక సంవత్సరం ఎలా గడచిందో వాళ్ళకే తెలియదు. వాళ్ళ ఫస్ట్ లవ్ anniversary రానే వచ్చింది.ఇంకా 1 week ఉంది అనగానే ఎక్కడకి వెళ్ళాలి, ఎలా celebrate చేసుకోవాలి అంటూ ఇద్దరూ ఫోన్లో గంటలు గంటలు చెర్చలు జరిపాక,ఇద్దరు కలసి ఒక నిర్ణయానికి వచ్చారు.తమ లవ్ ప్రపోసల్ ఫస్ట్ ఏ షాపింగ్ మాల్ లో జరగిందో, అక్కడే తమ ఫస్ట్ లవ్ anniversary జరుపుకోవాలి అని డిసైడ్ అయ్యారు.

తెల్లవారితే లవ్ anniversary ఇద్దరూ ఎ డ్రెస్ వేసుకోవాలి,ఎ షర్టు వేసుకోవాలి,ఎ స్ప్రే కొట్టుకోవలో కూడ డిసైడ్ అయ్యారు.అంతులేని ఆనందం first anniversary-ఖుషి నీతో ప్రేమ ఒక్క సంవత్సరం కావచ్చు కానీ 1000 సంవత్సరాలకు సరిపడిన ప్రేమను నువ్వు నాకు పంచుతున్నావు, పంచావు. నాకు నువ్వు జీవితాంతం కావాలి ఖుషి, నీ ప్రేమను మన పిల్లలు, వాళ్ళ పిల్లలు అనుభవించాలి నీ ప్రేమకు ఆకాశం హద్దు కాకూడదు కానీ నా వయస్సు అయ్యిపోయినా చివరి శ్వాస మాత్రమే హద్దు కావాలి అని Happy first anniversary darling అన్నాడు.

ఓహ్ కార్తీక్ అంత ఎమోషనల్ అవ్వకు నేను "ఇదంతా మనం లవ్ లో ఉన్నాము కనుక చెప్తున్నాను" Infact పెళ్లి అయ్యాక ఈ ప్రేమ అంతా నువ్వే నాకు చూపించాలి అంది, చిలిపిగా నవ్వుతూ "offcourse dear నిన్ను నా ప్రేయసి గానే కాదు నా తల్లిని చూసుకున్నట్లు, నా చెల్లిని చూసుకున్నట్లు చూస్తాను అన్నాడు".

Oho కార్తీక్ అందుకేరా నువ్వంటే నాకు పిచ్చి, I Love you darling అంది. ఇంకా టైం 2'o clock అవ్వుతుంది, ఇప్పుడు ఫోన్ పెట్టకపోతే మనం మార్నింగ్ కలిసే ప్లాన్ flop అవుతుంది, Lets go to bed అంది. మార్నింగ్ 10'o clock కార్తీక్ ఎప్పటిలాగానే viviana maal దగ్గర వెయిట్ చేస్తున్నాడు. After 1 hour అంటే 11'o clock అవ్వుతుంది. ఇంకా ఖుషి రాకపవోవడంతో కార్తీక్ ఖుషి కి కాల్ చేసాడు But No response ఇంకా కార్తీక్ 3'o clock వరకు వెయిట్ చేస్తూనే ఉన్నాడు. ఎంతసేపటికి ఖుషి రాలేదు పైగా కార్తీక్ ఫోన్ కూడా తను లిఫ్ట్ చెయ్యలేదు.ఎదురు చూసి చూసి అసలు ఏమి జరిగిందో

తెలుసుకోవడానికి Loda కి వెళ్ళాడు కార్తీక్. బైక్ పార్క్ చేస్తూ ఖుషి వాళ్ళ ఫ్లాట్ వైపు చూసాడు, అక్కడ అస్సలు సంచారం లేనట్లుగా అనిపించింది.

సరే అని తన ఫ్లాట్ లోకి వెళ్తూ ఉంటే వాచ్ మాన్ "సర్ అని పిలిచాడు, ఏంటి అంటూ కార్తీక్ వాచ్ మాన్ వైపు తిరిగాడు. Saab app ki behan ki dosth haina అంటూ ఏదో చెప్పబోయాడు, అంటే మా చెల్లి ఫ్రెండ్ ఖుషి, ha usko kyahuvaa అన్నాడు కార్తీక్ కంగారుగా. Nahi sir usko kuch nahi huva uska papa ko aaj suba 4 bajo ko heart attack aya sir, sub log abhi hospital me అన్నాడు. వెంటనే కార్తీక్ షాక్ నుండి తేరుకొని tike mein meri behan ko batati అని కవర్ చేసి, తన ఫ్లాట్ కి వెళ్ళిపోయాడు. Flat కి వెళ్ళటమే Saptha కి ఫోన్ చేసి ఏమి తెలియనట్లు, అన్ని విషయాలు మాట్లాడి, స్లో గా "చెల్లి చెప్పడం మరిచి పోయా, మీ ఫ్రెండ్ వాళ్ళ ఫాదర్ కి హార్ట్ ఎటాక్ వచ్చిందంట ఒక సారి ఫోన్ చెయ్యి అన్నాడు"," వెంటనే సప్తా కంగారు పడుతూ ఏంటి హార్ట్ ఎటాక్ అని స్లో గా చెప్తున్నావ్" Ok bye అన్నయ్య నేను ఖుషి ki కాల్ చేస్తాను అంది. ఆ మాటకి కార్తీక్ సప్తా ఏమైనా హెల్ప్ కావాలంటే చెప్పమను అని ఏమి తెలియనట్లు ఫోన్ కట్ చేసాడు.

ఫోన్ కట్ చేసి, చాల టెన్షన్ గా దేవుడికి దణ్ణం పెడుతుండగా కార్తీక్ ఫోన్ మోగింది మళ్ళీ సప్తా నుండి రిటర్న్ కాల్ వెంటనే లిఫ్ట్ చేసాడు.ఏంటిరా ఇప్పుడే మాట్లడావుగా మళ్ళీ ఫోన్ చేసావు అన్నాడు అన్నయ్య ప్లీజ్ హెల్ప్ చెయ్యి అంది, ఏంటి రా అన్నాడు! "అన్నయ్య Early Morning 3:40 ki uncle కి heart attack వచ్చిందంట, So

Kushi ఇంకా వాళ్ళ మమ్మీ వెంటనే అంకుల్ ని హాస్పిటల్ కి తీసుకువెళ్ళారు. నీకు తెలుసు కద అన్నయ్య ఖుషి వాళ్ళ ఇద్దరు అన్నయ్యలు U.S నుండి బయలుదేరారట. నాకు ఎందుకో అనిపిస్తుంది అన్నయ్య నువ్వు ఒక సారి వెళ్తే బాగుంటుంది అని అంది సప్తా.

"నాకు కుదరదు అంటునే తన Flat Keys, Bike Keys చేతిలో పట్టుకున్నాడు." అన్నయ్య Please నా కోసం వెళ్ళు అంది సప్తా", సరే నీ కోసం వెళ్తాను ఏ హాస్పిటల్ అని అడిగాడు. వెంటనే సప్తా హాస్పిటల్ అడ్రస్ చెప్పింది. OK అంటూ ఫోన్ కట్ చేసి ఒక నిమిషంలో బైక్ మీద, నిమిషాలలో హాస్పిటల్ లో వాలిపోయాడు. Patient Name చెప్పగానే ICU అని చెప్పి నర్స్ కార్తీక్ ని, ICU దగ్గరికి తీసుకు వెళ్ళింది,. అలా కార్తీక్ నడుస్తూ ఉండగానే తన కళ్ళు ఖుషిని వెతికాయి, తన గుండె ఖుషి కోసం వేగం పెంచి కొట్టుకోసాగింది. ICU బయట ఖుషి, వాళ్ళ అమ్మ తలను తన వడిలో పెట్టుకొని, తన తలను వెనక వున్నా గోడకు ఆంచి కుర్చీలో కూర్చొని ఉంది. ఖుషి వాళ్ళ అమ్మ గారు ఏడ్చి ఏడ్చి అలసిపోయి కళ్ళు ముసుకున్నట్లు తెలుస్తుంది. ఖుషికి మాత్రం అంతా A.C హాస్పిటల్ లోను నుదుటి పైన చమటలు, చెదిరిన జుట్టు, వాచిన కనుబొమ్మలు తో చాలా నీరసంగా వుంది.

Mam "Yeh App Keliye aya hai" అంటూ నర్స్ ఖుషిని, వాళ్ళ అమ్మని లేపింది. వెంటనే కళ్ళు తెరచి చుసిన ఖుషిని వాళ్ళ అమ్మ, Beta అంటు కార్తీక్ ను గట్టిగా పట్టుకొని ఏడ్చింది వెంటనే కార్తీక్ Sambhalo ఆంటీ జి, Please math ro అంటూ ఆవిడను ఓదార్చాడు. ఖుషి వాళ్ళ అమ్మగారు ఏడ్చి ఏడ్చి కళ్ళు

తుడుచుకున్నారు. అప్పుడు కార్తీక్ హిందిలో " అసలు ఏమి జరిగింది ఆంటీ అని అడిగాడు " దానికి ఖుషి వాళ్ళ అమ్మ హిందిలో " Beta morning 3:40 కి అంకుల్ కొంచెం తలనొప్పిగా వుంది, అంటూ నన్ను లేపారు.నేను వెంటనే మంచి నీళ్ళు తెచ్చి ఇచ్చాను.వెళ్లి ఖుషిని లేపి raa అన్నారు ఇంతలో మా పెద్ద అబ్బాయి చిన్న అబ్బాయి ఇద్దరు కాన్ఫరెన్స్ " కాల్ చేసి " అమ్మ," నాన్న గారి ఫోన్, బ్యాంకు card తీసుకో బయట అంబులెన్స్ వెయిట్ చేస్తుంది " వెళ్లి డోర్ తియ్యమని చెప్పారు", నాకు ఒక్క నిమిషం అర్ధం కాలేదు, వెంటనే చెల్లికి ఫోన్ ఇవ్వు అన్నారు నేను చూసేసరికి అంకుల్ బెడ్ పైన Unconsious గా పడి ఉన్నారు ఇంతలో ఖుషి డోర్ ఓపెన్ చెయ్యటం తో హాస్పిటల్ సిబ్బంది అంకుల్ కి ఫస్ట్ ఎయిడ్ చేసి వెంటనే అంకుల్ ని తీసుకుని మేము అదే అంబులెన్సులో హాస్పిటల్ కి వచ్చేసాము అన్నారు.

కార్తీక్ కు ఏమి అర్ధం కానట్లు చూడడంలో ఖుషి " మా నాన్న గారికి 3:10కి కొంచెం Stomach pain అనిపించి, బాగా చెమటలు పట్టాయి అంట, మా పెద్ద అన్నయ్య Doctor అవ్వడంతో హార్ట్ ఎటాక్ Symptoms ముందే మా డాడ్ కి చెప్పడం వల్ల, మా డాడ్ మా అన్నయ్య కి కాల్ చేశారు వెంటనే మా అన్నయ్య తన Friend Cardiologist తో మాట్లాడి, ఈ హాస్పిటల్ కి అన్ని Arrangements తో తీసుకుని వచ్చారు అంది ఖుషి.

Oh మరి మీ రిలేటివ్స్ అన్నాడు కార్తీక్, అందరు ఇప్పటి వరకు ఇక్కడే వున్నారు మమ్మలి వాళ్ళ ఇంటికి రమ్మని, ఫోర్సు చేశారు బట్, అంకుల్ ని వదిలి వెళ్ళడం నాకు ఇష్టం లేదు, మమ్మలిని వదిలి వెళ్ళడం ఖుషి ki ఇష్టం లేదు అందుకే వెళ్ళలేదు Repu Morning

Flight Ki మా ఇద్దరు లు బయలు దేరి వస్తున్నారు. ఐనా ఇప్పుడు అంకుల్ హెల్త్ Condition Stable గా ఉంది అన్నారు డాక్టర్, అంది ఖుషి వాళ్ళ అమ్మ.

కార్తీక్ ఇది అంత వింటునే ఖుషిని చూసి, తన మనసు తన ప్రేయసి వేదన చూసి చెలించి పోయింది, ఇంకా వుండలేక, ఆంటీ మీరు ఏమైనా తిన్నార, లేదా? అని అడిగాడు. లేదు Beta But నా బంగారు తల్లి ఏమి తినలేదు అదే tension అంది. ముందు ఇద్దరు వెళ్ళండి, నేను ఇక్కడ వుంటాను మీరు ఇద్దరు వెళ్ళి Canteen లో ఏమైనా తిని రండి అన్నాడు కార్తీక్ “Nahi Beta మీ అంకుల్ ఊపిరి, నా ఊపిరి వేరు కాదు ఇద్దరిలో- ఒక్కరికి శ్వాస తీసుకోవటంలో ఇబ్బంది అయినా అది ఇద్దరం తట్టుకోలేము. అందుకే మీ అంకుల్ ఏ క్షణమైనా కళ్ళు తెరచినా ఆ క్షణం నేను ఆయన కళ్ళ ముందు వుండాలి అంది ఖుషి వాళ్ళ అమ్మ.

ఆయితే సరే ఆంటీ నేను వెళ్లి మీ ఇద్దరికీ Coffee తెస్తాను అన్నాడు, లేదు Beta Karthik, Please Take Kushi to Canteen, చూడు ఎలా అయిపోయిందో తనకి ఏదైనా Snack ఇప్పించి నాకు ఒక టీ తీసుకురండి బస్ అంటూ.., తన క్రెడిట్ కార్డు ని ఖుషికి ఇచ్చింది, ఖుషి వాళ్ళ అమ్మ. ఆ కార్డు తీసుకొని ఇద్దరు లిఫ్ట్ వైపు నడిచారు ICU 8Th Floor and Canteen Ground Floor అవ్వడంతో కార్తీక్ లిఫ్ట్ బటన్ ప్రెస్ చేసి 1 min వెయిట్ చెయ్యాల్సి వచ్చింది. Lift doors ఓపెన్ అవ్వగానే కార్తీక్, ఖుషి లిఫ్ట్ లోకి వెళ్లారు, లిఫ్ట్ డోర్స్ క్లోజ్ అవ్వుతూ వుండగా ఖుషి వాళ్ళ అమ్మకు 10Min అంటు వేళ్ళతో సైగా చేసి చూపించింది. లిఫ్ట్ డోర్స్ క్లోజ్ అవ్వగానే కార్తీక్ ఖుషి చేతిని గట్టిగా

పట్టుకున్నాడు, Hey చచ్చిపోయినట్లు అయ్యింది రా, నీతో మాట్లాడని ఇన్ని gantalu, నిన్ను చూడని ఇన్ని నిమిషాలు అన్నాడు. కార్తీక్ 'I Love my Dad ' అంటూ ఖుషి కుడా పెక్కి పెక్కి ఏడ్చింది... కాని లిఫ్ట్ 5th Flour లో ఆగి, ఎవరో లిఫ్ట్ లోకి ఎక్కారు, వెంటనే కార్తీక్ Its alright ఖుషి జి ప్లీజ్ కంట్రోల్ యువర్ సెల్ఫ్, అంటూ తన Hand Key తీసి ఖుషికి ఇచ్చాడు. ఖుషి కళ్ళు తుడుచుకుంది, ఈ సారి గ్రౌండ్ ఫ్లోర్ లో కాంటీన్ ఎదురుగా లిఫ్ట్ డోర్స్ ఓపెన్ అయ్యి ఖుషి, కార్తీక్ దిగారు. ఖుషిని ఏమైనా తినమని ఎంత బ్రతిమాలిన ఏమి తినలేదు ఇద్దరు Coffee తాగి ఖుషి వాళ్ళ అమ్మకి Tea తీసుకొని మళ్ళీ అదే లిఫ్ట్ లో పైకి వెళ్లరు, ఈ సారి లిఫ్ట్ లో ఎక్కువ మందే ఉన్నారు సో కార్తీక్ ఖుషి ఇద్దరు ఏమి మాట్లాడుకోలేదు. టీ తీసుకొని కార్తీక్ ఆంటీ తీస్కోండి అంటూ ఖుషి వాళ్ళ అమ్మ చేతికి అందించాడు ఆవిడ టీ తాగే వరకు వెయిట్ చేసి టీ తాగక "Aunty Aap log Ghar javo, thoda fresh hoke vapus avo" అన్నాడు.

దానికి ఖుషి వాళ్ళ అమ్మ Beta నిన్ను చూడగానే మా చిన్న అబ్బాయి గుర్తుకొచ్చి అలా Hug చేసుకొని ఏడ్చాను దయచేసి ఏమి అనుకోవద్దు అంది. అయ్యో నహి మాజీ అన్నాడు కార్తీక్. నాకు సప్తా చెప్పింది ఇలా జరిగింది అని లేకపోతే అస్సలు తెలియదు అన్నాడు, సప్తా కుడా నాకు Beti లాంటిదే అందుకే ఇలా Responsible గా ఉంటుంది,అంది ఖుషి వాళ్ళ అమ్మ.

Beta ఒక హెల్ప్ చేస్తావ, Actual gaa మాకు ఇక్కడ రూమ్ ఇచ్చారు Uncle కి స్పృహ రాగానే aa రూమ్ కి Shift chestharu, అంతవరకు నన్ను ఖుషి ni ఆ రూమ్ లో ఉండమన్నారు, కాని

మేము మా బట్టలు ఏమి తెచ్చుకోలేదు - Basic essentials కుడా, సో నువ్వు ఒకసారి ఖుషిని తీసుకు వెళ్తే, తను ఫ్రెష్ అయ్యి మాకు కాలసినవి Pack చేసి తీసుకొస్తుంది అంది kushi వాళ్ళ అమ్మ! నేను ఎలా? ఎవరైనా చూస్తే ఏమైనా అనుకుంటారేమో Aunty అన్నాడు చూడు బాబు " మనకు జరగాలని వుంటే అది ఎవ్వరు ఆపిన జరుగుతుంది" మీ చెల్లి సప్త, ఖుషి కలసి మెలిసి తిరిగిన పిల్లలు, కాని నువ్వు వాళ్ళతో ఉన్నా ఎప్పుడూ ఖుషి తో మాట్లాడడం కుడా నేను చూడలేదు అదే విధి",'నో నాకు ఏ ప్రాబ్లం లేదు నువ్వు హ్యాపీ అయితే కొంచెం ఈ హెల్ప్ చెయ్యి అంది ఖుషి వాళ్ళ అమ్మ'.

అలాగే ఆంటీ నేను తీసుకు వెళ్తాను అండ్ మీ అబ్బాయిలు వచ్చేవరకు నేను మీకు తోడుగా ఇక్కడే వుంటాను అన్నాడు కార్తీక్. అయితే మా ఖుషి ఇప్పుడు ఇంటి నుండి నీకు కుడా కలిపి బాక్స్ తెస్తుంది ఆ కండిషన్ ఒకే అయితే వుండు, అంది ఖుషి వాళ్ళ అమ్మ. అప్పటివరకు వాళ్ళ అమ్మ కళ్ళల్లో నీళ్ళు First time కార్తీక్ తో మాట్లాడుతూ చిన్న నవ్వు నవ్వడంతో ఖుషి చాల హ్యాపీ గా ఫీల్ అయ్యింది.

సరే అయితే త్వరగా వెళ్లి రండి ఈవెనింగ్ 7:00 కి డాక్టర్ visit కి వస్తాడు అన్నారు అప్పటికి వంట ఫినిష్ చేసుకొని రమ్మన్నట్లుగా చెప్పింది ఖుషి వాళ్ళ అమ్మ. వెంటనే కార్తీక్ ఖుషి బయలుదేరి పార్కింగ్ ఏరియా లోకి వెళ్లారు. ఖుషి "Are you fine " అని అడిగాడు కార్తీక్. No కార్తీక్ Please take me to home అంది ఖుషి, మరో మాట మాట్లాడకుండా కార్తీక్ వెంటనే బైక్ స్టార్ట్ చేసి ఖుషిని వాళ్ళ ఫ్లాట్స్ దగ్గరికి తీసుకువెళ్ళాడు. ఖుషి నువ్వు రెడీ అయ్యాక కాల్

చెయ్యి నేను వచ్చి పిక్ చేసుకుంటాను అంటుండగానే ఖుషి కార్తీక్ మాటలు వినబడనట్లుగా వాళ్ళ ఫ్లాట్ కు నడుచుకుంటు వెళ్ళిపోయింది. ఖుషి ఉన్న పరిస్థితిని అర్థం చేసుకొని బాధపడుతూ కార్తీక్ తన ఫ్లాట్ కు వెళ్లి పోయాడు.

ఫ్లాట్ కు వెళ్లి Inshirt తీస్తూ కేటిల్ స్విచ్ ఆన్ చేసి ఆ hot water lo ఒక గ్రీన్ టీ ప్యాక్ నీ వేసుకొని సోఫా లో కూర్చున్నాడు ఖుషి గురించి ఆలోచిస్తూ...చేతిలో కప్ ఉన్న సంగతి మర్చి నిద్రలోకి జారిపోయాడు నిద్రలోకి జారుకోవడంతో చేతిలో ఉన్న Cup ని జారవేసాడు, ఆ Cup కింద పడకుండా ఖుషి పట్టుకొని Hey కార్తీక్ అని చిన్నగా అరుస్తూ చూసుకోవాలి గా అంది. అంటూనే తను రెండు చేతులతో కార్తీక్ ఫేస్ ని పట్టుకొని కార్తీక్ Im Sorry నిన్ను Hurt చేసినందుకు అంటు కళ్ళ నుండి నీరు కార్చింది..

"లేచినుంచిని ఏదో తన్మయంతో ఆడ పిల్లకు డాడి ఇస్ ఫస్ట్ లవ్, నాన్నే ఒక స్నేహం, ఒక ప్రపంచం, నాకు ఎం జరుగుతుందో అని మా nanna ముందుగానే ఆలోచిస్తారు.అందుకే ఆయనకు బాగోని విషయం కుడా మా అన్నలకే ముందుగా చెపారు. నాకు ఎప్పుడు కష్టాలు కన్నీళ్ళు తెలియవు అలా పెంచారు మా నాన్న అందుకే మా నాన్నకు హార్ట్ ఎటాక్ అనగానే నేను చచ్చిపోయి నట్లు అయ్యింది అంటు వెక్కి వెక్కి" ఏడ్చింది Kushi.

తను అంత బాధలో ఉండి కుడా, తన కోసం వచ్చింది అని తలచుకొని తను ఎంత అదృష్టవంతుడని అనుకోని ఏడుస్తున్న ఖుషిని తన దగ్గరికి తీసుకొని " ---ఖుషి భగవంతుడు తను ప్రేమించే

వ్యక్తుతులకు అప్పుడప్పుడు కష్టాలు పెట్టి, వారు ఆ కష్టాల నుండి బయటకు, తమకు ఇష్టం అయిన వాటితో వచ్చేలా చేస్తాడు---" అని నా చిన్నపుడు మా నానమ్మ చెప్పింది".

నువ్వు మా చెల్లి సప్తా దగ్గర అన్నావు అంటకదా! "మీ అన్నయ్యలు U.S లో డాక్టర్స్ అవ్వడం వల్ల, మీ DAD ని చూడటానికి 2-3 ఇయర్స్ కి ఒకసారి మాత్రమే వస్తున్నారు అని, వచ్చినా 3 or 5 days కి మించి వుండరు అని, మీరు ఎప్పుడు ఫీల్ అయ్యేవాళ్ళు కదా..."కానీ ఇప్పుడు మీ అన్నయ్యలు ఇద్దరూ,వాళ్ళ పిల్లల తో సహ వస్తున్నారు, oka 15 days leave పెట్టుకుని, అని ఇందాక ఆంటీ చెప్పుతున్నారు," ఇది మీ డాడీ కి చలా మంచి విషయం, So ఇంకా ఇలాంటి మంచివి ఏవో జరగ బోతున్నయిరా.

నో ప్లీజ్, నువ్వు అస్సలు ఏడవద్దు అని నేను అనను.., కానీ కొంచం ధైర్యం గా వుండు,అంకుల్ కి ఏమి కాదు,ఇదే Loda లో ఇదే పార్క్ లో మన పిల్లల్ని ఆడించాలిగా అన్నాడు కార్తీక్.

ఆ మాటలకి ఖుషి చిన్నగా నవ్వింది. వెంటనే ఖుషి ని గట్టిగ హాగ్ చేసుకు మై Little Daddy Princess ఇప్పుడు కొంచం నవ్వు అంటూ, ఖుషి భుజం పై తన గడ్డం పెట్టుకున్నాడు,ఖుషి కూడ కార్తీక్ భుజం పై తన గడ్డం పెట్టుకుని హాగ్ చేసుకుని అలాగే ఉన్నారు. ఇద్దరు ఒక నిమిషం ఏమీ మాట్లాడకుండా అలా వున్నారు. అప్పుడు ఖుషి slow ga కార్తీక్ చాలా భయం వేసింది Doctor నాన్నగారు Out of danger అని హాస్పిటల్ కి వెళ్ళాక చెప్పారు. It's minor attack but చాల జాగ్రతగా ఉండాలి అన్నారు ఫ్యూచర్ లో ఎప్పుడైన రిపీట్ అయితే

అప్పటి Situation బట్టి, అవసరం అయితే స్టంట్ వెయ్యాలి అన్నారు అంది. " "i know ఖుషి, మీ నాన్నగారికి ఏమీ కాదు ఎందుకంటే నీకు మీ డాడి పైన ఉన్న ప్రేమకి అంత పవర్ వుంది అన్నాడు కార్తీక్".

"ఖుషి అన్నాడు కార్తీక్, చాల స్లోగా"

"చెప్పు కార్తీక్ అంది ఖుషి,"

"ఖుషీ నువ్వు ఒక వరం, ఒక అద్భుతం, అంత భాధలో వుండి కూడ నా గురించి ఆలోచిస్తున్నావు నా కన్నా అదృష్టవంతుడు ఎవ్వరు ఉండరు ఖుషి అంటూ కన్నీళ్ళు పెట్టుకున్నాడు కార్తీక్,"

"కార్తీక్ కళ్ళ నీళ్ళు ఖుషి భుజాన్ని తాకడంతో, కార్తీక్ నేను ఇప్పుడు వెళ్ళి స్నానం చేస్తాను నువ్వు ఇలా కన్నీళ్ళతో స్నానం చేయించకు అంటూ నవ్వింది".

"ఆ మాటలకు కార్తీక్ కూడా నవ్వుతూ అచ్చా yesa hai అంటూ ఖుషికి చెక్కిలిగింతలు పెట్టి తనను నవ్వే లా చేసాడు."

"తరువాత ఖుషి అచ్చా హువా అభి సభ్ టీక్ హోగయ అంది".

"ok కార్తీక్ నేను వెళ్ళి fast ga ready అయ్యి, కుక్ చేస్తాను అంది."

"కార్తీక్ మీ flats చుట్టూ ఇంకా neighbours ఎవరు లేరు, లేకపోతే ఈ పాటికి మన విషయం అందరికి తెలిసి పోయేది, అంది kushi".

"అందుకేగా నేను ఈ flat మారటం లేదు. మన పెళ్లి తరువాత కూడా ఇక్కడే అన్నాడు."

"wow ఊహించుకుంటేనే చాలా బాగుంది, anyways కార్తీక్ నేను వెళ్లి రెడీ అయ్యి ఫుడ్ ప్రిపేర్ చేస్తాను మళ్ళీ అమ్మ కంగారు పడుతుంది అంది."

"Ok ok రిలాక్స్ ఖుషి నేను కాఫీ కలుపుత తాగేసి వెలుదువుగాని అన్నాడు"

"ఓకే నేను హెల్ప్ చేస్తాను అంది. వద్దు Darling please sit అని ఖుషి భుజాలు పట్టుకుని తనని సోఫా లో కూర్చోపెట్టి,మ్యూజిక్ On చేసి కాఫీ కలపడానికి కిచెన్ లోకి వెళ్ళాడు కార్తీక్."

"కార్తీక్ కాఫీ కలుపుకుని వచ్చే సరికి ఉదయం నుండి ఏడ్చి ఏడ్చి అలసిపోయిన ఖుషి అప్పుడే నిద్రలోకి వెళ్ళింది."

టైం 05:15 అవ్వస్తుంది వెంటనే కార్తీక్ ఖుషి వాళ్ళ అమ్మగారికి ఫోన్ చేసి హిందీ లో "అంటీ మీరు సౌత్ ఇండియన్ ఫుడ్ తింటారా అని అడిగాడు". "Offcourse తింటాను బేట అన్నారు ఖుషి వాళ్ళ మదర్".

"ఏమి లేదు ఖుషికీ కాల్ చేసి, నేను ఫుడ్ ప్రిపేర్ చేస్తాను, తనని చెయ్యవద్దు అని చెప్పండి ఎందుకంటె మార్నింగ్ నుండి ఏడ్చి ఏడ్చి ఉంది కదా కుంచెం రెస్ట్ తీసుకుంటుంది అని అన్నాడు".

"బేట Thank you,Otherwise you can make her call, i will give you her number అని ఖుషి నెంబర్ ఇచ్చింది ఖుషి వాళ్ళ అమ్మ".

"Ok aunty bye అని, వెంటనే కుకింగ్ స్టార్ట్ చేసాడు మన హీరో కార్తీక్, ఎక్కడ నిద్రపోతున్న పాపాయి లేచిపోతుందో అని ఒక తల్లి చేసినట్లుగా అస్సలు సౌండ్ లేకుండా వంట చేసాడు కార్తీక్.

Time 6'o clock అయ్యే సరకి, ఒక ప్లేట్ లో కొంచం వేడిగా రైస్,టమాటో పప్పు,ఆవకాయ వేసి అన్నం పెట్టి తెచ్చి ఖుషిని slow గా లేపాడు,ఖుషి ఉలిక్కి పడి కంగారుగా లేచి, కాఫీ bangaya kya అంది, అప్పుడే నిద్రలోకి జారుకున్నట్లు.

కానీ కార్తీక్ "Khushi calm down", అని స్లోగా ఖుషిని సముదాయించి జరిగింది అంతా చెప్పాడు, అరే కార్తీక్ kyumm app thaklif liya అంది ఖుషి.

నీకు నేను బారం కానప్పుడు నాకు నువ్వు భారం అని ఎందుకు అనుకుంటావు, Come lets have food అని, అన్నం కలిపి ముద్దలు తినిపించాడు, ఖుషి రెండు ముద్దలు తినగానే wow this is very tasty kartheek అంది, అలాగే తినకుండా ముద్దలు కలపి కార్తీక్ కు తినిపించింది. ఇంతలో టైం 06:25 అవ్వటంతో కార్తీక్ నేను ఫాస్ట్ గా ఫ్రెష్ అయ్యి డ్రస్స్ చేంజ్ చేసుకుని వస్తాను అంది. ఓకె నేను పార్కింగ్ లో వెయిట్ చేస్తాను and don't forget to bring your mobile, annadu", and mama ka dinner box అంది, karthik It's packed అని ఖుషి కి అందించాడు. అంతే ఇద్దరూ ఫాస్ట్ గా రెడీ అయ్యి పార్కింగ్ లో కలసి హాస్పిటల్ కి వెళ్లారు.

"కరెక్ట్ గా 07:20 కి డాక్టర్ వచ్చారు, ఆంటీ నేను వరుణ్ ( ఖుషి వాళ్ళ అన్నయ )వాళ్ళతో డిస్కస్ చేశాను, అంకుల్ కి వచింది మైల్డ్

స్ట్రోక్ అస్సలు వర్రీ అవ్వకర్లేదు, కుంచం వాకింగ్ చేస్తూ, ఆయిల్ ఫుడ్ కంట్రోల్ చేస్తూ మెడిసిన్ వాడాలి అని చెప్పారు డాక్టర్." (డాక్టర్ అండ్ ఖుషి వాళ్ళ అన్నయ్య బెస్ట్ ఫ్రెండ్స్)

"అయిన అంకుల్ ని Observation లోనే ఉంచాను, ఇప్పుడు రూమ్ కి షిఫ్ట్ చేసేస్తాము అంటూ,ఆంటీ ఎందుకు మీరు మా ఇంటికి రాకుండా, చుట్టాలు ఇంటికి వెళ్ళకుండా ఇక్కడే ఉన్నారు అన్నారు డాక్టర్".. "అంకుల్ తో ఉంటె అదే ఇల్లు అదే హ్యాపీనెస్ నాకు అని సింపుల్ గా బదులు ఇచింది ఖుషి వాళ్ళ అమ్మ."

డాక్టర్, ఇంతలో కార్తీక్ వైపు చూసి, కార్తీక్ అంటే మీరేనా??ఆంటీ మా వరుణ్ కి చెప్పారంట Thank you bro ఇలాంటి టైం లో హెల్ప్ చేస్తున్నందుకు అన్నాడు Doctor."

“Oh It's my pleasure to help them, they helped my sister a lot” అన్నాడు కార్తీక్

“One more thing doctor, please tell me is there anything to worry”అన్నాడు కార్తీక్

“Frankly speaking it's just a warning sign that's it” అన్నాడు డాక్టర్.

“Ok kushi anyway day after tommorrow morning varun and rajesh will be here know, I will pick them up,అన్నాడు డాక్టర్, అంటూనే ఆంటీ "aap please take care of your self "అని, అభి Room No:804 పె రెస్ట్ లో, Staff will shift uncle by 11 PM అన్నాడు Doctor.

"ఓకె అని అందరు Room:804 కి వెళ్లారు, ma mein kapade leke aya chelo aap fresh hoja అంది ఖుషి. "

ఓకె ఆంటీ here is your dinner అని బాక్స్ చేతికి ఇచ్చి I will wait in ICU, In case if you need anything please tell me అని కార్తీక్ వెళ్ళిపోయాడు.

ఖుషి వాళ్ళ అమ్మ ఫ్రెష్ అయ్యాక ఖుషి అన్నం తినిపించింది, ఖుషి ని ఫుడ్ తినమంటే తను తినేసి వచ్చాను అని చెప్పింది. రూమ్ లో ఉన్న బెడ్ పైన ఖుషి వాళ్ళ అమ్మని పడుకోపెట్టింది, వాళ్ళ అమ్మకి తల నొక్కడంతో వాళ్ళ అమ్మ నిద్రలోకి జారుకుంది.

తరవాత ఖుషి కూడా అనుకోకుండా నిద్రలోకి వెళ్ళిపోయింది, టైం 10'o clock అవ్వగానే ఖుషి వాళ్ళ ఫాదర్ కండిషన్ బెటర్ గా ఉంది అని రూమ్ షిఫ్ట్ చెయ్యటం స్టార్ట్ చేసారు, అప్పుడు కార్తీక్ కూడా హెల్ప్ చేసాడు వెంటనే ఖుషి వాళ్ళ అమ్మకి మెలుకువ వచ్చేసరికి ఖుషి కళ్ళముందు ఉన్న హాస్పిటల్ బెడ్ పైన ఖుషి వాళ్ళ డాడీ ని పడుకోపెడుతున్నారు!

వెంటనే pappa అని ఖుషి ఏడ్చుకుంటూ వాళ్ళ నాన్నను హాగ్ చేసుకుంది, అప్పటివరకు ఏడ్చిన ఖుషి వాళ్ళ అమ్మ కళ్ళు తుడుచుకుని, ఖుషి వాళ్ళ నాన్న ముందు ధైర్యం నటిస్తూ, నన్ను బయపెట్టేసారు అంది. నిన్ను వదలి నేను ఎక్కడికి వెళ్తాను, అంతా యాక్టింగ్ అంటూ చిన్న చిరునవ్వు విసిరారు. గదిలో దూరంగా ఉండి వాళ్ళను చూస్తున్న కార్తీక్ ఈ ఏజ్ లోను ఒకరు పైన ఒకరికి ఉన్న ప్రేమను చూసి ముచ్చటపడ్డాడు. ఇంతలో వాళ్ళ అమ్మ ఇతను సప్తా

వాళ్ళ అన్నయ్య మనకి చాల హెల్ప్ చేసాడు అంది, ఆయన thank you beta అన్నారు.

"It's ok uncle please don't take any stress, i will sit outside" అన్నాడు, దానికి ఖుషి వాళ్ళ అమ్మ, లేదు కార్తీక్ please you go home we are absolutely fine అంది, ఖుషి వాళ్ళ నాన్న కూడా Please beta go home అన్నారు", Ok uncle then i will leave అంటూ బలవంతంగా అక్కడి నుండి బయలుదేరారు.

బయలుదేరుతూ please aunty i will bring breakfast dosa from South Indian Restaurant, otherwise saptha going to kill me అన్నాడు.

వెంటనే అందరు నవ్వుకొని Ok Beta while going to office just drop the breakfast అంది ఖుషి వాళ్ళ అమ్మ, టిఖే ఆంటీ అని రూమ్ బయటకు వచ్చాడు.

రావటమే My dear ప్రేయసి, i can't go anywhere అని మెసేజ్ పెట్టాడు.

ఖుషి వాళ్ళ నాన్న ను చూసిన ఆనందంలో pappa aap kabi yesa mat karo, mein nahi jeevuga అంది, beta math row అంటూ ఖుషి తన గుండెలకు హత్తుకొని, అయన కూడా ఏడ్చారు

అప్పుడు ఖుషి వాళ్ళ అమ్మ band karo yeh tragedy drama అని నవ్విస్తూ, ఖుషి అభి pappa ko sonedho beta, aur మన చుట్టాలు అందరికి ఫోన్ చేసి డాడీ ని రూమ్ కి షిఫ్ట్ చేసారు అని చెప్పు

మన ముగ్గురం ఉన్నాము అని చెప్పు అంది. అన్నయ్య వాళ్ళుకు కూడ చేసి చెప్పు అంది.

సో ఖుషి వాళ్ళ డాడీ ఫోన్ నుండి అందరికి ఫోన్ చేసి 1'o clock అయ్యింది, అప్పటికే ఖుషి వాళ్ళ అమ్మ గారు, ఖుషి వాళ్ళ నాన్న గారి కాళ్ళ దగ్గర తల పెట్టుకుని నిద్రలోకి వెళ్లారు, ఖుషి వాళ్ళ నాన్న గారు నిద్రపోయారు. ఖుషి వాళ్ళ అమ్మను లేపి బెడ్ మీద పడుకో పెట్టింది. ఖుషి స్లోగా సోఫా లో కుర్చుని తన మొబైల్ చూసుకుంది ఆ రోజు అదే తన మొబైల్ ని పట్టుకోవడం.

కార్తీక్ నుండి 111 మిస్డ్ కాల్స్ అండ్ 22 మెసేజెస్ ఒక్కో మెసేజ్ ఓపెన్ చేసి చదవడం మొదలుపెట్టింది, లాస్ట్ గా పంపిన మెసేజ్ చూసి షాక్ అయ్యి వెంటనే కాల్ చేసింది. కార్తీక్ where are you అంది ఇక్కడే వెయిట్ చేస్తున్న నిన్ను వదలి వెళ్ళలేను మై Darling అన్నాడు. లేదు అమ్మ నాన్న పడుకున్నారు please go home and take some rest నేను కూడా పడుకుంటున్నా అంది.

నిజంగా వెళ్ళు నువ్వు ఇప్పుడు వెళ్తేనే కదా మార్నింగ్ బ్రేక్ఫాస్ట్ తీసుకువస్తావు అంది, ఓకె అయితే నీ రూమ్ బయట ఏదో ఉంది తీసుకో i am going bye goodnight అన్నాడు, వెంటనే కాల్ కట్ చేసి వెళ్లి చూస్తే ఒక డైరీమిల్క్ చాక్లెట్ వెంటనే దానిని తీసుకుని ఖుషి రూమ్ లోకి వెళ్లి డోర్ వేసుకుని, చాల హ్యాపీ గా thank you అని కార్తీక్ మెసేజ్ చేసి, చాక్లెట్ తిని పడుకుంది.

ఇంకా నెక్స్ట్ డే మార్నింగ్ హాస్పిటల్ మొత్తం చుట్టాలతో నిండిపోయింది. కార్తీక్ బ్రేక్ఫాస్ట్ తిసుకువచ్చి చాలా మంది బంధువులు

ఉండటంతో ఒక నర్స్ కి బాక్స్ ఇచ్చి తను వెళ్ళిపోయాడు ఫైనల్ గా ఆ రోజు మొత్తం పలకరించడానికి వచ్చి వెళ్లి చుట్టాలతో అందరు అలసిపోయారు.

సాయంత్రం 5'o clock కి ఖుషి నువ్వు నాన్న దగ్గర ఉంటావా నేను ఇంటికి వెళ్లి ఇళ్ళు క్లీన్ చేసి వస్తాను, అన్నయ్య వాళ్ళు వస్తున్నారు కదా అంది ఖుషి వాళ్ళ అమ్మ. ఓకె అమ్మ అంది చాల నీరసంగా గొంతు సవరించుకుంటూ, అరె ఏమి అయ్యింది అంటూ ఖుషి వాళ్ళ అమ్మ ఖుషి నీరసంగా ఉండటం చూసి, ఖుషి తలపైన చెయ్యి వేసింది, అరేయ్ vallu కాలిపోతుంది అంది. వెంటనే ఖుషి వాళ్ళ నాన్న అరేయ్ isko doctor ko dhikavo అన్నారు Nahi pappa ninna అలసటతో వచ్చిన జ్వరం కొంచెం రెస్ట్ తీసుకుంటే సరిపోతుంది and i will take Paracetamol అంది.

ఓకె ఖుషి నువ్వు ఇంటికి వెళ్లి రెస్ట్ తీసుకో, అమ్మ నా దగ్గర ఉంటుంది అన్నారు ఖుషి వాళ్ళ డాడీ. అవును ఇది బెస్ట్ ఐడియా అంది ఖుషి వాళ్ళ అమ్మ, కానీ ఇప్పుడు ఖుషిని ఎవరు తీసుకు వెళ్తారు అన్నారు ఖుషి వాళ్ళ నాన్న? ఇంకా ఎవరు, కార్తీక్ కి కాల్ చేస్తాను అంది ఖుషి వాళ్ళ అమ్మ, మన పక్క ఇంటి ఆంటీకి చెప్తాను కార్తీక్ డ్రాప్ చేస్తాడు అని అంది ఖుషి వాళ్ళ అమ్మ.

ఖుషి వాళ్ళ డాడీ కూడా ఎస్ ఇది బెస్ట్ ఐడియా అనటం తో, ఖుషి వాళ్ళ అమ్మ కార్తీక్ కు ఫోన్ చేసి ఖుషి కి ఫీవర్ అని కుంచం వచ్చి తనని ఇంటి దగ్గర డ్రాప్ చేయమని చెప్పింది. ఇంట్లో ఎప్పుడు ఖుషి దగ్గర నుండి ఫోన్ వస్తుంది అని వెయిట్ చేస్తూ ఉన్న కార్తీక్ కి, ఖుషి

వాళ్ళ అమ్మకి డౌట్ రాకుండా ఉండడానికి నేను ఒక 30min లో ఆఫీసు నుండి వస్తాను, వస్తూ ఖుషిని పిక్ చేసుకుంటాను అని చెప్పాడు.

ఒకె అని ఫోన్ కట్ చేసి ఖుషి వాళ్ళ అమ్మ, ఖుషి వాళ్ళ ఇంటి ప్రక్కన ఆవిడకు కాల్ చేసింది "ఫోన్ లిఫ్ట్ చేయగానే భయ్యా కి వంట్లో బాలేదని విషయం తెలిసింది, కానీ అప్పుడు అనుకున్నాం కదా అక్షరదం పెల్దాం అని, మన ఫ్లోర్ వాళ్ళంతా వచ్చేసాం మళ్ళీ టికెట్స్ దొరకవులని". అన్నయ్య గారు ఎలా ఉన్నారు.

"అదే అన్నయ్య గారు రికవరీ అయ్యారు అందుకే కాల్ చేసాను ఓకె ఐతే ఉంటాను" అని కాల్ కట్ చేసింది kushi valla amma... అయ్యో అందరు అక్షరదం పెళ్లారు,ఇంక కార్తీక్ వచ్చేదాక వెయిట్ చేయాలి అంది.

ఇంతలో కార్తీక్ కాలు కాలిన పిల్లిలాగా అటూ ఇటూ తిరుగుతూ ఎందుకు దేవుడా అబద్ధం చెప్పాను ఈ 30 నిముషాలు గడిచేది ఎప్పుడు. పైగా ఖుషి కి ఫీవర్ అని తెలిసి తనని ఆపుకోలేక హాస్పిటల్ కి వెళ్లి హాస్పిటల్ కింద వెయిట్ చేసాడు. 30 నిముషాలు అవ్వగానే ఖుషి వాళ్ళ రూమ్ కి వెళ్ళాడు.

డోర్ నాక్ చేస్తే ఖుషి వాళ్ళ అమ్మ డోర్ ఓపెన్ చేసింది, రా కార్తీక్ అని పిలిచింది.

“How are you uncle annadu Kartheek”” I am good beta”, mostly tommorrow or day after tommorrow they will discharge me అన్నారు.

"Ok beta I guess you are tired beta" అంది ఖుషి వాళ్ళ అమ్మ.

"Yes aunty" అని,Ok we will go అన్నాడు" Ok beta please don't mind ఇంటికి వెళ్ళాక కొంచం పాలు తీసుకు వెళ్లి పసుపు వేసి వేడి చేసి మా ఖుషి కి ఇవ్వు.

"ఇంటిపక్కన ఆంటీ వాళ్ళు ఊరు వెళ్లారు, Please don't mind"అంది.

"No No aunty నాకు, క్లైంట్స్ తో మీటింగ్ ఉంటుంది నైట్, బై 7pm I will give her milk and then i will join meeting" I will be available, please call me if you need anything ఖుషి, అన్నాడు కార్తీక్.

Ok uncle ok aunty బాయ్ అని చెప్పి, ok khushi lets go అని అక్కడ నుండి వెళ్ళిపోయారు..

/// ముంబై లాంటి సిటీ లో ఆడపిల్లలు మొగపిల్లలు అన్న తేడా లేకుండా పిల్లలను పెంచాలి అని ప్రతీ తల్లితండ్రులు ఆశ పడతారు, దాని వల్ల ఖుషి వాళ్ళ పేరెంట్స్ ki ఇదేమి ఇబ్బందిగాను, అనుమానస్పదంగా అనిపించలేదు.///

లిఫ్ట్ లో పార్కింగ్ ఏరియా కి రాగానే, ఖుషిని చూసి కార్తీక్ ఎంటిరా ఇది, ఇలా అయిపోయావు అన్నాడు. నవ్వే ఓపిక లేకపోయినా ఒక చిన్న నవ్వును బలవంతంగా తెచ్చుకొని మరీ, I am alright kartheek lets go home అంది ఖుషి. ఓకె అని ఇద్దరు బైక్ పైన కూర్చున్నారు. ఖుషి తన తలను కార్తీక్ మెడపైన వాల్చింది "బాగా

నీరసంగా ఉంది కార్తీక్ అంది" ఆ మాటకు కార్తీక్ కి చాల భాధ కలిగింది, అరె Darling ఎక్కడకి వెళ్దాం మన ఫ్లాట్ ka లేక మీ ఫ్లాట్ ka అని అడిగాడు.

ఖుషి," డార్లింగ్ నువ్వు మీ ఫ్లాట్ కి వెళ్ళు నేను మా ఫ్లాట్ కి వెళ్తాను అంది". ఎందుకు అన్నాడు, ఇద్దరం కలసి వెళ్తే ఎవరైన చూస్తే మనల్ని తప్పుగా అనుకుంటారు later we will meet అంది.

ok అన్నాడు కార్తీక్, ఇంతలో Loda పార్కింగ్ రాగానే బైక్ పార్కింగ్ లో ఉంచి, ఇద్దరు ఎవరు ఫ్లాట్స్ కి వాళ్ళు వెళ్ళసాగారు, బట్ ఖుషి చాలా స్లోగ చలికి తన చెర్మాన్ని వేడి పుట్టేలా రుద్దుకుంటు వెళ్ళటం కార్తీక్ గమనించాడు. ఖుషి వెళ్ళిన 30 min ki ఖుషి ఓపెన్ ది డోర్ అని మెసేజ్ పెట్టాడు. ఖుషి షాక్ తో పరిగెత్తుకు వెళ్లి డోర్ ఓపెన్ చేసింది.

అరేయ్ ఫీవర్ తగ్గిందా అని ఖుషి నుదుట మీద చెయ్యి వేసి చూసాడు వళ్ళు ఇంకా కాలిపోయింది.

థర్మామీటర్ ఎక్కడ ఉంది అని అడిగాడు టీవీ పక్కన ఉన్న ఫస్ట్ఎయిడ్ కిట్ లో ఉంది కార్తీక్ అంది. టెంపరేచర్ చెక్ చేస్తే 101.2oc-- ఉంది. అరె ఖుషి ఏమైన తిన్నావా అని అడిగాడు లేదు కార్తీక్ అంది, ముందు నువ్వు నీ రూమ్ ekkado cheppu Annadu, ఖుషి తన రూమ్ ని వేలిపెట్టి చూపింది

కార్తీక్ ఖుషిని ఎత్తుకుని తమ రూమ్ కి తీసుకువెళ్లి బెడ్ మీద పడుకోపెట్టాడు. ఒక్క నిమిషం ఖుషి ఇప్పుడే వస్తాను అని, కిచెన్ ఎక్కడ వుందో చూసుకొని వెళ్ళి ఖుషి వాళ్ళ అమ్మ చెప్పినట్లు పాలు

కాచి పసుపు వేసి తీసుకు తెచ్చాడు. ఖుషి ని నెమ్మదిగా లేపి ఇదిగో కొంచెం పాలు తాగు నాన్న అన్నాడు కార్తీక్, వద్దు కార్తీక్ అంది,

"ప్లీజ్ కొంచెం తాగు, ఈ మిల్క్ తాగి టాబ్లెట్ వేసుకుంటే ఫీవర్ తగ్గుతుంది అన్నాడు, "

"నో కార్తీక్ కొంచెం సేపు ప్లీజ్ వదిలై అంది,"

"అలా అనకు Darling అంటూ పాలు గ్లాస్ పక్కన పెట్టి, స్లోగా ఖుషి చెయ్యి పట్టుకు లేపి కూర్చోపెట్టాడు"

ఖుషికి ఫీవర్ బాగా ఎక్కువగా ఉంది ఒళ్ళు కాలి పోతుంది.

కార్తీక్ ఫాన్ ఆఫ్ చెయ్, నేను తట్టుకోలేక పోతున్నాను అని అంటు ఖుషి వణికి పోతుంది.

వెంటనే ఫ్యాన్ ఆఫ్ చేసి దుప్పటిని ఖుషికి మొత్తం కప్పాడు బట్ అయిన ఖుషి ఇంకా Shiver అవ్వడంతో కార్తీక్ గట్టిగా Hug చేసుకున్నాడు.

అయిన ఖుషి ఇంకా Shiver అవ్వటంతో కార్తీక్ బెడ్ పైన పూర్తిగా కాళ్ళు మడిచి కూర్చొని, ఖుషి అంటూ

తన భుజాలను పట్టుకొని తన ఒళ్లోకి తీసుకున్నాడు.

ఖుషి ni చంటి పిల్లను పడుకోపెట్టుకునట్లు పడుకోపెట్టుకొని ఖుషికాళ్ళ నుండి తల వరకు దుప్పటి కప్పాడు.

ఏమి మాట్లాడకు అంటు ఒక 15min ఖుషిని గట్టిగా హత్తుకున్నాడు.

ఒక 15min కి ఖుషికి వేడి పుట్టిన తరువాత "ఖుషి మై Darling ప్లీజ్ ఈ పాలు కొంచెం తాగు నాకోసం అంటు పాల గ్లాసును ఆమె నోటికి అందించి, పాలు పట్టించాడు, ఒక 10Min గాప్ ఇచ్చి, Paracetamol టాబ్లెట్ వేసాడు.

"కార్తీక్ అంటు ఏదో చెప్పుతూ, కార్తీక్ వడిలో నుండి బెడ్ మీదకు దిగి కూర్చుంది."

"ఏమైందిరా అన్నాడు కార్తీక్"

"I Need to go Wash Room అంది,"

"ఒకే ప్లీజ్ అని కార్తీక్ లేచి నుంచున్నాడు".

"ఖుషికి అస్సలు ఓపిక లేదు బెడ్ నుండి దిగుతూ పడబోయింది, వెంటనే కార్తీక్ పట్టుకొని పదా నేను వాష్ రూమ్ వరకు వస్తాను అన్నాడు".

"వద్దు వద్దు I Will Manage అంది"

"నో నో అస్సలు ఓపిక లేదు పడిపోతున్నావు అన్నాడు కార్తీక్ ".

"వద్దు అన్నాను కదా అంది చిరాకు పడుతూ కడుపు పట్టుకొని",

"వెంటనే ఖుషి మొహాన్ని రెండు చేతులతో పట్టుకొని ఏమైంది రా అన్నాడు కార్తీక్",

"ఏమి లేదు వదిలై అంది ఖుషి"

“నాకు చెల్లి వుంది, నన్ను కన్నా తల్లి వుంది. ఇది మన సృష్టి మూలం! అయిన, మీకు దేవుడు ఇచ్చిన కష్టం, అని నాకు తెలుసు అంటు," Are you in Periods అని అడిగాడు కార్తీక్??”

వెంటనే తను ప్రేమించిన వ్యక్తికి ఇంత గొప్ప వ్యక్తిత్యం వుంది అని ఆనంద పడుతూ,

"Yes Karthik I am in my Periods అంది ఖుషి"

"వెంటనే ఖుషీని ఎత్తుకొని బాత్ రూమ్ దగ్గర దించాడు.I will wait outside just call me once you are done అన్నాడు."

“If you need anything Please tell me ” అన్నాడు, 'ఒకే' అన్నట్లు తల ఆడించింది.

"వెంటనే కార్తీక్ రూమ్ బయటికి వెళ్లి, ఫ్రిజ్ లో వాటర్ తీసుకొని తాగి, కొంచెం కాఫీ పెట్టుకున్నాడు, ఇంతలో ఖుషి వాళ్ళ అమ్మ కాల్ చేసింది"

“కార్తీక్ ఫోన్ లిఫ్ట్ చేసి, ఖుషి కి 101 ఫీవర్ వుంది అని, తనకి టాబ్లెట్, మిల్క్ ఇచ్చాను ” అని చెప్పాడు

“If you dont mind, ఖుషికి ఫీవర్ తగ్గే వరకు ఉండి వెళ్ళమని రిక్వెస్ట్ చేసింది ”

“Ok aunty Sure” అని ఫోన్ కట్ చేసాడు. ఇంతలో ఖుషి వాష్ రూమ్ నుండి వచింది, వెంటనే తన చేతిలో ఫోన్ పక్కన పెట్టి ఖుషి..... అంటూ తన చేతిని ఖుషి నడుము చుట్టూ పట్టుకొని బెడ్ పైన పడుకో పెట్టాడు.

“తెలుసా ఎవరు కాల్ చేసారో అన్నడు?”

“ఎవరు అంది”

“మా అత్తగారు అన్నడు”

“ఇద్దరు నవ్వుకున్నారు”

ఖుషి “You Want Coffee” అని అడిగాడు, ఖుషికి అప్పటికి టాబ్లెట్ వేసి 1hr అవ్వటం తో ఫీవర్ కొంచెం కంట్రోల్ అయ్యింది

నో కార్తీక్ I want Dairy Milk అంది, చిలిపిగా నవ్వుతూ

వెంటనే తన చేతిలో వున్నా Coffee Cup పక్కన పెట్టి,వెంటనే Bed పైన ఉన్న ఖుషిని తన రెండు చేతులతో ఎత్తుకొని వళ్ళోకి తీసుకున్నాడు,

Hey Karthik No No అంటు కార్తీక్ ని వెనక్కి గెంటింది,

నో నో అస్సలు questions levu నువ్వు డైరీ మిల్క్ అడగటం నేను ఇవ్వకపోవటం.. ఇంక జరగదు అంటూ.. ఖుషి బుగ్గ పైన గట్టిగ ముద్దు పెట్టాడు తర్వాత, మెడ పైన ముద్దు పెట్టాడు, కార్తీక్ లీవ్ మీ అంది." “ఐ లవ్ యు మై Darling” అన్నాడు.

“ఖుషి కూడా కూర్చుని కార్తీక్ ను గట్టిగా హగ్ చేసుకుంది ”

“కార్తీక్ “I Love You” బట్ ఇప్పుడు భయం వేస్తుంది అంది

“ఎందుకురా అన్నాడు కార్తీక్”

“ఇంత ప్రేమ, ఇంత ఆనందం, ఎప్పుడైనా మనం విడిగా ఉండాల్సి వస్తే అంది”

“వెంటనే ఖుషి పెదవులపైన ముద్దు పెట్టి ఇలా చెయ్యి,“ ఇంక ఎప్పటికి గొడవ రాదు అన్నాడు కార్తీక్.

“కార్తీక్, ఐ యాం సీరియస్ నేను అసలు expect చెయ్యలేదు నువ్వు నన్ను ఇంతలా ప్రేమిస్తావు అని, ఇప్పుడు నీ ప్రేమకు నేను అడిక్ట్ అయ్యి పోయాను, నువ్వు- నీ ప్రేమ లేకుండా నేను బ్రతకలేను కార్తీక్ అంది”.

“అరే Darling మనం ఎందుకు విడిపోతాం అసలు”, నువ్వు అల ఆలోచించకు “అయిన నాకు ఇలాంటి ప్రేమ దొరకడం అది నా అదృష్టం అలాంటి ప్రేమను ఎప్పటికి వదులుకోను అన్నాడు.

“ఇంకా ఇలాంటి ఆలోచనలు పెట్టుకోవద్దు ప్లీజ్, టేక్ రెస్ట్, In periods you need to take so much rest, మా Mom మా చెల్లిని ఏ పని చేయనివ్వకుండా పడుకోపెడుతుంది, నో ఖుషి ప్లీజ్ టేక్ రెస్ట్ అని ఖుషి ని పడుకోపెట్టాడు, లైట్ గా మ్యూజిక్ పెట్టి లైట్ ఆఫ్ చేసాడు.

ఖుషి నిద్రలోకి వెళ్ళగానే, కార్తీక్ స్లోగ లేచి బయటకు వెళ్లబోతుంటే, ఖుషి కార్తీక్ చెయ్యి పట్టుకుని, కార్తీక్ ఇక్కడ పడుకో ప్లీజ్ అంది, అలాగే అని కార్తీక్ వెళ్లి అన్ని డోర్స్ లాక్ చేసి లైట్స్ ఆఫ్ చేసి వచ్చి ఖుషి పక్కన పడుకున్నాడు.

వెంటనే ఖుషి తన తలను కార్తీక్ గుండెలపై పెట్టుకుంది, గట్టిగ హాగ్ చేసుకుని పడుకుంటూ కార్తీక్ నాకు నీ షర్టు నుండి వచ్చే అరోమా చాలా ఇష్టం అంది, నాకు నీ హెయిర్ నుండి వచ్చే అరోమా ఇష్టం అన్నాడు. అలా మాట్లాడుకుంటూ ఇద్దరు నిద్రలోకి జారుకున్నారు.

కార్తీక్ ముందుగా 5:00 AM కి అలారం పెట్టే ఉంచాడు 5:00 కి లేచి తన గుండెల పై నిద్రపోతున్న ఖుషి నుదిటి పై ముద్దు పెట్టి, ఖుషిని పక్కకు జరిపి కార్తీక్ లేచి ఫ్రెష్ అయ్యాడు.

థర్మామీటర్ తీసుకుని ఫీవర్ చెక్ చేసాడు, టెంపరేచర్ నార్మల్ గా ఉండటంతో కార్తీక్ రిలాక్స్ అయ్యి పాలు కాచి ఫ్లాస్క్ లో పోసి ఖుషి బెడ్ పక్కన పెట్టి, కార్తీక్ తన ఫ్లాట్ కి వెళ్ళిపోయాడు.

కార్తీక్ జాగింగ్ చేసుకుని వచ్చి ఆఫీస్ కి రెడీ అయ్యి, గుడ్ మార్నింగ్ Darling.... How are you now, ఎక్కడ ఖుషి లేచిపోతుందో అని మెసేజ్ పెట్టాడు. అప్పటికే టైం 9:00 అయ్యింది ఆ మెసేజ్ అలెర్ట్ కి ఖుషి నిద్ర లేచి ఫోన్ చేసి, ఓ కార్తీక్ నన్ను లేపాల్సింది కదా టైం 9:00 అయ్యింది అని కంగారు పడింది.

రిలాక్స్ ఖుషి Noting to worry అన్నాడు కార్తీక్, పక్కన పాలు ఉన్నాయి ఫ్లాస్కో....అవి తాగి ఫ్రెష్ అవ్వు, బ్రేక్ఫాస్ట్ ఆర్డర్ చేశాను తిని టాబ్లెట్స్ వేసుకో, నాకు ఆఫీస్ లో క్లైంట్స్ తో మీటింగ్... ఈ రోజు నేను బిజీ గా ఉంటాను అన్నాడు కార్తీక్. అటూ అన్నయ్య వాళ్ళ రావటం ఇటు డాడీ డిశ్చార్జ్ అవ్వటం, నేను కూడా బిజీ గా ఉంటాను అంది ఖుషి, ఓకె బాయ్.. అని ఫోన్ కట్ chesindhi kushi.

తరవాత ఖుషి ఒక వారం రోజులు కనుమరుగైపోయింది, ఫోన్ చేస్తే లిఫ్ట్ చెయ్యట్లేదు, మెసేజ్ కి రిప్లై లేదు కార్తీక్ కు ఏమైందో తెలియక పిచ్చిపట్టినట్లు అయ్యింది. ఇంక లాభం లేదని చెల్లి సప్తాకు, కాల్ చేసి ఖుషి వాళ్ళ నాన్నగారికి ఎలా ఉందిరా నేను బిజీ గా ఉండటం తో నాకు కుదరలేదు అన్నాడు.

అయ్యో అన్నయ్య చెప్పడం మర్చిపోయాను ఖుషి వాళ్ళ అమ్మగారు 1 week బ్యాక్ కాల్ చేసి నిన్ను తెగ పొగిడేసారు నువ్వు చేసిన హెల్ప్ ఎప్పటికి మర్చిపోలేరు అని చెప్పారు, అంకుల్ కంప్లీట్ గా రికవరీ అయ్యారంట వాళ్ళ అబ్బాయిలు మనవాళ్ళతో బిజీ గా ఉంటారని మళ్ళీ కాల్ చేయటం కుదరకపోవచ్చు, అందుకే ఇప్పుడు కాల్ చేశా అని చెప్పారు అంది సప్తా. కార్తీక్ ఖుషి గురించి డైరెక్ట్ గా అడగలేక ఎలా అడగాలో తెలియక సతమతమౌతుంటే, నా ఫ్రెండ్ ఖుషి కూడా చాల బిజీ గా ఉన్నట్లు ఉంది అన్నయ్య ఒక కాల్ లేదు,మెసేజ్ లేదు బోర్ కొడుతుంది అన్నయ్య అని అంది సప్తా.

ఇంతలో కార్తీక్ ఫోన్ కీ ఖుషి నుంచి మెసేజ్ వచ్చిన అలెర్ట్ చూసి వెంటనే "ఓకె రా బాయ్" అని ఫోన్ కట్ చేసి వెంటనే మెసేజ్ ఓపెన్ చేసాడు.

“కార్తీక్ See you at 12:30 upstairs అని చూడగానే ఎదో మూవీ లో చూపించినట్లు ఎగిరి గంతేసాడు. కార్తీక్ వెంటనే తన బైక్ తీసుకుని బయటకు వెళ్లి, పది డైరీ మిల్క్, రెండు Red రోసెస్, ఒక కిట్ కాట్ తీసుకుని వెళ్ళాడు. కార్తీక్ ఎదురుచూస్తూ ఉన్నాడు 12:30 ఎప్పుడు అవుతుందా అని, 12:00 అవ్వగానే పరుగు పరుగున టెర్రస్ పైకి వెళ్ళాడు. 12:30 అవగానే ఎవరో దొంగ దొంగతనానికి వచ్చినట్లుగా Scarf చుట్టుకుని, అటు ఇటూ చూసుకుంటూ పైకి వచ్చింది.

“వెంటనే వెనుక నుండి కార్తీక్ ఖుషి ని గట్టిగా హత్తుకున్నాడు. ప్రియా ఎప్పుడు ఇలా ఏడిపించకురా అన్నాడు”.

వెంటనే ఖుషి కార్తీక్ వైపు తిరిగి కార్తీక్ నుదుటపైన ముద్దు పెట్టుకుని I miss you karteek అంది. నేను వెంటనే వెళ్ళాలి టైం ఎక్కువ లేదు అంది.

"నో అలా అనకు ఈ నైట్ అంతా ఇక్కడే, లేదా మన ఫ్లాట్ కి వెళ్దాము రా అన్నాడు"

కార్తీక్ ప్లీజ్ నేను చెప్పింది విను అంది, నో అంటూ కార్తీక్ ఖుషి చెయ్యి పట్టుకుని,తన ఫ్లాట్ వైపు తీసుకు వెళ్ళే ప్రయత్నం చేసాడు."

వెంటనే ఖుషి కార్తీక్ ప్లీజ్ అంటూ, కార్తీక్ చెయ్యి విడిపించుకుని. కార్తీక్ ను వెనుకనుండి హత్తుకుంది, కార్తీక్ ప్లీజ్ calm down అంది..

"ఎంటిరా, నేను నిన్ను వదలి ఉండలేను అన్నాడు ""నేను కూడా ఉండలేను డార్లింగ్ అంది, కార్తీక్ ను హత్తుకునే ఉంది ఖుషి".

"కార్తీక్ ను హాగ్ చేసుకుని,అతని గుండెల మీద తన తల వాల్చింది. ఇంకా మనం విడి విడిగా ఉండవలసిన పని లేదు నువ్వు వచ్చి మా ఇంట్లో మాట్లాడు, మా అన్నయ్యలని, నాన్నని ఒప్పించి, వెంటనే మనం పెళ్లి చేసుకుందాం అంది"

"ఖుషి అసలు ఎం జరిగింది, ఎంటిది సడన్ గ అన్నడు కార్తీక్"

"కార్తీక్, అన్నయ వాళ్ళు ఇంకా మమ్మల్ని వదలి ఉండలేక కంప్లీట్ గా ఇండియా కి వచ్చేయాలి అని డిసైడ్ అయ్యారు. పైగా డాడీ కి హార్ట్ ఎటాక్ రావటంతో, నాకు అర్జెంటుగ పెళ్లి చెయ్యాలి అనుకుంటూన్నారు, మా వదిన వాళ్ళ అన్నయ్యతో అంది".

"ఖుషి లిసన్ ఫస్ట్ నేను రేపు ఊరు వెళ్తున్నాను సప్తాకి మంచి సంబంధం వచ్చింది, సో ఈ పెళ్లి ఫిక్స్ అయ్యి ఒక 2 months లో చెల్లికి పెళ్లి అయ్యిపోతుంది, ఆ గుడ్ న్యూస్ నీకు చెప్పటానికి నేను మన favourite డైరీ మిల్క్ అండ్ ఫ్లవర్స్, ఇంకా కిట్ కాట్ తెచ్చాను. ఫస్ట్ ఇవి తీసుకోమని ఖుషి చేతికి ఒక కవర్ ఇచ్చాడు కార్తీక్"

"స్లోగా కార్తీక్ పైన వాల్చిన తన తలను తీసి కార్తీకకు కొంచెం దూరంగా జరగి, కార్తీక్ అస్సలు నువ్వు ఏమి మాట్లాడుతున్నావు, నేను ఏమి మాట్లాడుతున్నాను నీకు అర్థం అవుతుందా అంది ఖుషి.

"Darling కామ్ డౌన్ అంటూ, కార్తీక్ ఖుషిని దగ్గరకు తీసుకోబోయాడు. కానీ ఖుషి చాల కోపంగా నో కార్తీక్ అంటూ కార్తీక్ ను వెనక్కి గెంటింది"

"దానికి కార్తీక్, ఖుషి కోపంగా ఉంటే నేను చెప్పేది నీకు అర్థం కాదురా. ఇప్పుడు రైట్ టైం కాదు అంటున్నాను, lets wait for 2 moths చెల్లి పెళ్ళికి, మన పెళ్ళి అడ్డు కాకూడదు అన్నాడు.

"I know saptha na best friend but నేను చెప్పేది నువ్వు అర్థం చేసుకో, మా అన్నయ్యలకు నేను చెల్లిసే, సో వాళ్ళు కంగారు పడటంలో అర్థం ఉంది, అందుకే ఇప్పుడు నువ్వు మా ఇంట్లో మాట్లాడి 2 months టైం తీసుకో అంది".

"అరె బంగారం చెపుతుంటే అర్థం చేసుకో, ఇది రైట్ టైం కాదు! "మన ప్రేమ చెప్పే క్షణం-- మన ప్రేమ గెలిచే క్షణం" రెండు, ఒక్కటే అవ్వాలి అన్నాడు కార్తీక్.

"నో కార్తీక్,బట్ మనకి ఇప్పుడు టైం లేదు అంది" ఖుషి.

“ఖుషి ప్రతిదానికి టైం ఉంటుంది, నువ్వు చిన్న పిల్లవి Maturity లేకుండా మాట్లాడుతున్నావు అన్నాడు”

“ఇన్ని రోజులు నిన్ను ప్రేమించడానికి నా Maturity లెవెల్స్ అడ్డురాలేదు ఇప్పుడు మా ఇంట్లో చెప్పడానికి అడ్డువస్తున్నాయి అంది”

“కార్తీక్ ఎదో చెప్పబోతుంటే, ఖుషి వాళ్ళ అమ్మ....ఖుషి ఫోన్ కి కాల్ చేసింది as usual గా ఫ్రెష్ ఎయిర్ కోసం పైకి వచ్చాను అంది, ఓకె ఇంకా లేట్ అవుతుంది మార్నింగ్ చాలా పని ఉంది క్రిందకి రా అంది".

I am coming అంటూ ఖుషి ఫోన్ పెట్టి, బాయ్ కార్తీక్ అని కిందకి వెళ్ళిపోయింది, కార్తీక్ ఖుషి చెయ్యి పట్టుకొని ఆపబోతుంటే, చెయ్యి వదిలించుకుని వెళ్ళిపోయింది.

“బట్ కార్తీక్ ఖుషి ఇద్దరు ఆ రాత్రి పడుకోలేదు, కార్తీక్ ఖుషి ఫోన్ కి ఎన్నిసార్లు కాల్ చేసిన ఖుషి lift చెయ్యలేదు. “కార్తీక్ మార్నింగ్ 5'o clock ట్రైన్ కి ఊరు వెళ్ళాడు.” అక్కడ చెల్లి పెళ్లి చూపులతో కార్తీక్ బిజీ గ ఉండటం మంచి ముహుర్తాలు ఉండటంతో ఎంగేజ్మెంట్ లేకుండా వెంటనే పెళ్లి ముహూర్తాలు పెట్టి, సప్తాకు పెళ్లి పనులు మొదలు పెట్టారు.

“తనకు పెళ్లి కుదిరిన విషయం చెప్పడానికి సప్తా ఖుషి కి కాల్ చేస్తే, ఖుషి ఫోన్ స్విచ్ ఆఫ్, వాళ్ళ అమ్మ ఫోన్ కూడా పనిచేయకపోవటంతో సప్తా పెళ్లి విషయం ఖుషి కి తెలియలేదు.

"కార్తీక్ ప్రతీ క్షణం ఖుషి గురించి ప్రయత్నించి, తనకు ఆన్సైట్ ఆఫర్ రావటంతో, చెల్లి పెళ్లి అయ్యిన కొన్ని నెలలకే కార్తీక్ లండన్ వెళ్లిపోయాడు"

//కానీ ఇద్దరి దగ్గర మొబైల్ నంబర్స్ తప్ప ఏమి లేకపోవటం.. వాళ్ళ,ఇద్దరికీ కమ్యూనికేషన్ మిస్ అయ్యింది//

"కానీ ప్రతీ క్షణం, ప్రతి రోజు ఖుషి జ్ఞాపకాలతో బ్రతికాడు"

"కానీ కార్తీక్ కి తెలియని విషయం, కార్తీక్ ను కలవటానికి ఖుషి కూడా చాల ప్రయత్నాలు చేసింది".

## ప్రస్తుతం

వెంటనే ప్రేయసి జ్ఞాపకాలనుండి బయటకు వచ్చి, తనకు ఏవో ప్లాన్స్ ఉన్నట్లు గుడి నుండి బయలుదేరి, ఇంటికి వెళ్లి అమ్మ నేను అర్జెంటు గా ముంబై వెళ్ళాలి అన్నాడు. అదేంటి నువ్వు లండన్ కీ వెళ్లిపోవాలి కదా!అంది కార్తీక్ వాళ్ళ అమ్మ. అప్పుడు కార్తీక్ వాళ్ళ అమ్మను, చెల్లిని కూర్చోపెట్టి జరిగింది మొత్తం చెప్పాడు

సప్తా, కార్తీక్ మాటలు విని ఎగిరి గంతేసింది వాళ్ళ అన్నయ్య ని గట్టిగా ముద్దు పెట్టుకుంది.

"అమ్మ! ఖుషి నా Friend అని కాదు గాని, నువ్వు జల్లెడ వేసి వెతికినా అలాంటి కోడలు దొరకదు. May be మన పద్దతులు వేరవ్వచ్చు భాషలు వేరవ్వచ్చు కాని మన రెండు కుటుంబాలు ఆలోచించే విధానం, భావాలు ఒక్కటే అమ్మ" అంది సప్తా.

ఎంటిరా మీరు చెప్పేది మీ ఇద్దరికీ నచ్చితే సరిపోతుందా,ఇక్కడే ఉండండి, మీ నాన్న గారికి చెప్పి తీసుకొస్త అంటూ లోపలి వెళ్లి 30 నిముషాలు దాటాక బయటకు వచ్చింది. వస్తూ చేతిలో ఒక వెండి పళ్ళెంలో చీర పువ్వులు గాజులుతో ప్రత్యక్షం అయ్యింది, పక్కన వాళ్ళ నాన్నగారు కూడా ఉండడం చూసి సప్తా కార్తీక్ ఇద్దరు Shock అయ్యారు.

“కార్తీక్ మన ఇంటి ఆడ పిల్ల అయిన, వాళ్ళ ఇంటి ఆడ పిల్ల అయిన ఆడపిల్లే కదరా, పదా అందరం వెళ్దాం ముంబై, ఎప్పుడో 1 Year back ” నువ్వు ఫ్లాట్ కొనుకున్నప్పుడు, నువ్వు లేకపోయినా మేము వెళ్లి గృహప్రవేశం చేసాము, మళ్ళీ ఇప్పుడు నీ పెళ్లి సబంధం మాట్లాడటానికి వస్తున్నాం ముంబై అన్నారు కార్తీక్ వాళ్ళ నాన్న గారు.

“Wow I am so happy and ” అన్నయ్య ఆ ఫ్లాట్ ఎందుకు, కొనుక్కున్నాడో ఇప్పుడే తెలిసింది అంటూ సప్తా కార్తీక్ ను ఏడిపించింది.

“నాన్న చాల thanks మీరు అందరు ఇంత ఈజీగా ఒప్పుకుంటారు అనుకోలేదు” అన్నాడు కార్తీక్

“మేము ఒప్పుకోవటానికి ఒక రీజన్ ఉంది ” అది నువ్వు అంత ఈజీగా లవ్ చేస్తావు అని అనుకోలేదు, అంటూ కార్తీక్ చెవి నలిపింది కార్తీక్ వాళ్ళ అమ్మ.

అక్కడ అందరు happy gaa నవ్వుకున్నారు.

“ok నాన్న నేను ట్రైన్ టికెట్స్ Available ఉన్నాయో లేదో చూస్తాను అన్నాడు ”

“ఎకామ్స్ టైమ్ కదా! టికెట్స్ Available గానే ఉన్నాయ్ నాన్న, నేను వెంటనే బుక్ చేస్తాను, అన్నాడు". అందరు ప్రయాణంకు సిద్ధం చేసుకున్నారు.

ట్రెన్ స్టార్ట్ అయ్యింది అందరు, డిన్నర్ చేసి సెటిల్ అయ్యి, ఎవరి సీట్స్ లో వాళ్ళు పడుకున్నారు.

టైం 10 ‘ O clock అవ్వగానే కార్తీక్ ఫోన్ మోగింది, ఒక సింగలి రింక్ కి కార్తీక్ ఫోన్ లిఫ్ట్ చేసాడు.

“ఖుషి చెప్పు అన్నాడు కార్తీక్" ఏంటి స్టార్ట్ అయ్యావ ముంటై అంది ఖుషి.

“అయ్యాను మా క్లైంట్ కంపెనీ U.K, హెడ్ ఆఫీస్ వచ్చి ముంటై అన్నాడు, నో అక్కడ వర్క్ ఉంది అన్నాడు”

“Ok అమ్మ నాన్న అన్నయ్యలు అందరు ఇప్పుడు అక్కడే వుంటున్నారు కార్తీక్, మా పక్కన ఇంకా ఫ్లాట్స్ కుడా తీసుకున్నాము అంది”

“Oh ok అన్నాడు, మన ఫ్లాట్ లో ఎవరు వుంటున్నారో తెలుసా అని అడిగాడు”

“లేదు కార్తీక్ నేను మనకి గొడవ జరిగిన Next డే, మా అన్నయ్య వాళ్ళ మరిది తో, నాకు పెళ్లి చూపులు arrange చేసారు," కాని మా పెళ్లి చూపులు జరిగిన 1 వీక్ తర్వాత అతను,నన్ను కలవటానికి ఒక అమ్మాయితో వచ్చాడు, తను ఆ అమ్మాయిని ప్రేమిస్తునాను అని,, తననే పెళ్లి చేసుకుంటానని అని చెప్పాడు ".

ఆ విషయం మా ఇంట్లో తెలిసి మా వాళ్లు చాల Disturb అయ్యారు. " అప్పుడే నా ఫోన్,మా అన్నయ్య వాళ్ళ పాప Bymistake వాటర్ లో పడేసింది, 1 week తరవాత న ఫోన్ రిపేర్ అయ్యింది.... నేను నిన్ను కాంటాక్ట్ చెయ్యడానికి చాలా ట్రై చేశాను బట్ నో రెస్పాన్స్, ఇంతలో అన్నయ్య వాళ్ళు పెర్మనెంట్ గా ఇండియా కి వచ్చేస్తున్నారు కనుక 1 month visiting వీసా మీద అందరం U.S వెళ్ళాము.

"తరువాత కార్తీక్, నాకు CAT and GRE మంచి స్కోర్ వచ్చింది, నేను మా డాడ్ తో నేను కొంతకాలం U.S లోనే ఉండి MBA చెయ్యాలి అనుకుంటున్నాను అని చెప్పా, అందుకే ఇప్పుడు U.S లో ఉన్నాను అంది,. "ఖుషి కరెక్ట్ గా మనకు అలా గొడవ అయ్యాక నేను చెల్లి పెళ్ళి చూపులకి వెళ్ళాను, పెళ్లి కుడా అంతా వెంటనే జరగడంతో చాల బిజీ అయ్యాను. వెంటనే నాకు ఆన్ సైట్ వచ్చింది, నీతో చెప్పాలి అని చాల ట్రై చేశాను కానీ కుదరలేదు. మీ వాచ్ మాన్ మీరు అందరు U.S వెళ్లారు అని చెప్పాడు, అందుకే నేను U.K ఆఫర్ Accept చేశాను అన్నాడు"

"ఖుషి,కార్తీక్ ఐ యాం సారీ, ఐ మిస్ యు అంటూ ఏడ్చేసింది, ఇన్ని సంవత్సరాలు నువ్వు నాతోనే ఉన్నావు కార్తీక్ అంది"

"నాకు తెలుసు, నేను నాలో లేను ఎప్పుడో నీపై పోయాను అని అన్నాడు" ఇది కూడా మన మంచికే జరిగింది, నువ్వు MBA చెయ్యగలిగావు నేను నా Carreer లో చాలా బాగా సెటిల్ అయ్యాను. Now my princess I wont leave you anymore అంటూ ముద్దు పెట్టాడు ఫోన్ లో.

"అసలు ఏం జరిగిందో తెలిసే లోపే అంతా జరగిపోయింది కార్తీక్ అని అంది, చాల నిద్రలేని రాత్రులు నీకు ఎక్కడ పెళ్లిఅయ్యిపోయిందో అని బయంతోనే గడిపాను అంది ఖుషి, "నేను మాత్రం ఫుల్ confident గా ఉన్నాను ఎందుకంటే నేను నీతో ఉండగా నిన్ను వేరే వాళ్ళకి ఇచ్చిపెళ్ళి చేయ్యరుగా అంతా మా ఆంజనేయస్వామి మహిమ" అన్నాడు.

"కార్తీక్ నీ షర్టు అరోమా చూడాలని పిస్తుంది, నిన్ను గట్టిగ హాగ్ చేసుకోవాలనిఉంది"

"కానీ నాకు మాత్రం నిన్ను డైరీ మిల్క్ తో ముంచి తినాలని ఉంది,అని, హే ఖుషి Listen సిగ్నల్స్ కట్ అయ్యేలా ఉంది, ప్లీజ్ టేక్ మై UK నెంబర్ నేను 2 days తరువాత లండన్ రీచ్ అవుతాను నో నాకు అప్పుడు కాల్ చెయ్యి అని నెంబర్ ఇచ్చాడు.

"ఓకె కార్తీక్ actually నాకు ఇప్పుడు ఎక్సమ్ ఉంది, I Will కాల్ యు Tomarrow అంది, ఫోన్ పెట్టవద్దు atleast సిగ్నల్స్ కట్ అయ్యేదాకా మాట్లాడు ప్లీజ్ అన్నాడు"

"అవునా అయితే డైరీ మిల్క్ తీసుకుని సరిపెట్టుకో అని ముద్దులవర్షం కురిపించింది,ఇంతలో Signals లేక కాల్ కట్ అయ్యింది"

ప్రేయసి ఉహల్లో తేలియాడుతున్న కార్తీక్ ఎప్పుడు నిద్రలోకి జారుకున్నాడో తెలియదు. నిద్రలేచేసరికి Lemo Yellow Color చీరలో తడి తలతో ఇల్లు మొత్తం దూపం వేస్తూ, తన ముంబాయి ఫ్లాట్ లో ఖుషి, Its time to wake up అంటు కిచెన్ లోనుంచి కార్తీక్ ను

లేపుతుంది. ఒక్క నిమిషం కార్తీక్ కు ఏమి అర్థం కాలేదు, నిద్రలేచి కిచెన్ లోకి వెళ్లే సరికి, బ్రెడ్ టోస్ట్ రెడీ, కం Fast లెట్స్ గో ఫర్ వాక్ అంది, కార్తీక్ ఖుషి అందానికి ముగ్ధుడైపోయాడు, ఒక్క సారిగా ఖుషిని గట్టిగా దగ్గరికి లాక్కుని తన రెండు చేతులని ఖుషి మెడ పైవేసి, Darling you are so beautiful in this Saree అన్నాడు.

దానికి బదులుగా ఖుషి, కార్తీక్ కాలర్ పట్టుకొని గట్టిగ స్మైల్ చూసి నాకు నీ దగ్గర వచ్చే ఈ అరోమా చాలా ఇష్టం అంటు, అతని మెడ పై ముద్దు పెట్టింది, ఇంతలో ఎవరో కార్తీక్,కార్తీక్ అంటు భుజాలపై తట్టినట్టు అయ్యింది. చూస్తే, కార్తీక్ వాళ్ళ నాన్న గారు, అప్పుడు Hero ki అర్థం అయ్యింది He is Dreaming అని.

కార్తీక్ స్టేషన్ వచ్చింది పద అన్నారు, అందరు ట్రైన్ దిగి Loda దగ్గరలో ఉన్న హోటల్ లో ఫ్రెష్ అయ్యారు. అందరు కార్తీక్ ఫ్లాట్ కి వెళ్ళి ప్రస్తుతం ఉన్న Tanets ని కలిసారు.. అక్కడ నుండి పక్క బ్లాక్ లో ఉన్న ఖుషి వాళ్ళ ఫ్లాట్స్ కి వెళ్లారు. ఖుషి వాళ్ళ అమ్మ కార్తీక్ ను, సప్తాను చూసి చాల హ్యాపీగా ఫీల్ అయ్యింది. లోపలికి రమ్మని చాల ప్రేమగా పిలిచింది. ఉదయం 10 అవ్వడం వల్ల అందరు ఇంట్లోనే వున్నారు, కార్తీక్ వాళ్ళ అమ్మ నాన్నలకు ఖుషి వాళ్ళ అమ్మ నాన్నలకు పరిచయం చేసాడు.

ఇంతలో ఖుషి వాళ్ళ ఇద్దరు అన్నయ్యలు వచ్చారు, కార్తీక్ చేసిన హెల్ప్ ఎప్పటికి మరచిపోలేము అని, కార్తీక్ కు కలవటానికి కుదరనందున చాల బాధ పడ్డాము అని చెప్పారు. అప్పుడు కార్తీక్ వాళ్ళ నాన్న "ఇప్పుడు వాళ్ళు వచ్చిన విషయం స్ట్రెయిట్ గ

చెపుతాను అంటూ స్టార్ట్ చేసి... కార్తీక్ ఖుషి ఒకరిని ఒకరు ఇష్టపడుతున్నారు, వాళ్ళకు అభ్యంతరం లేక పోతే ఇద్దరికీ పెళ్లి చేద్దాము అని Clear ga చెప్పటంతో", ఖుషి వాళ్ళ పేరెంట్స్ కు ఏమి అర్ధం కాలేదు, సో ఖుషి వాళ్ళ అమ్మ మాత్రం చేలా హ్యాపీ ఫీల్ అయ్యి, ఒక్క నిమిషం అని టైం అడిగి, లోపలి కి వెళ్లారు ఒకసారి మాట్లాడుకుని వస్తాము అని చెప్పి.

ఖుషి వాళ్ళ అమ్మ తనకు కార్తీక్ గురించి బాగా తెలుసు, ఖుషి చాల హ్యాపీ గా ఉంటుంది, అని అందరిని ఒప్పిస్తుంది, కాని ఖుషి వాళ్ళ నాన్న గారు బయటకు వచ్చి, మాకు ఎలాంటి అభ్యంతరం లేదు Love Marriage అంటే, But Complete గా రెండు కుటుంబాలు పద్దతులు వేరు కనుక ఆలోచిస్తున్నాను అంటారు....అప్పుడు కార్తీక్ వాళ్ళ నాన్న గారు మీరు ఏమి అనుకోకపోతే ఒక చిన్న మాట,

//--ఇప్పుడు వీళ్ళకి పెళ్లి చేసిన, మనతో వుండరు ఏదో Onsite అంటూ మావాడు ఇంకో 2-3Years అక్కడే London లో ఉంటాడు, తరువాత INDIA వచ్చిన... వాడు ఇక్కడే ముంబాయిలోనే ఉంటాడు, అందుకే వాడు ఇంతకు ముందు ఉండే ఫ్లాట్ ను కుడా కొనుక్కున్నాడు, అని చెప్పి " Final గా మాకు సష్టా ఎంతో ఖుషి కుడా అంతే అన్నారు కార్తీక్ వాళ్ళ డాడీ--//.

"వెంటనే ఖుషి వాళ్ళ డాడీ,కార్తీక్ వాళ్ళ డాడీ చేతులు రెండు పట్టుకుని ఖుషి అంటే తనకు ప్రాణం అని, ఖుషి కోసం కుటుంబం మొత్తం వచ్చి సంబంధం అడగటం, కుషిని ఇంత బాగా చూసుకునే

కుటుంబం దొరికినందుకు చాలా సంతోషం గా ఉంది అన్నారు " అందరు మొహాల్లో సంతోషం విరిసింది.

వెంటనే ఖుషి వాళ్ళ అమ్మ, " Then నేనే ఖుషి కి కాల్ చేసి ee good news చెపుతాను అంది", దానికి కార్తీక్ వద్దు ఆంటీ ఖుషి కి ఇంకో 3 Months లో graduation Ceremony, Adhi అవ్వగానే ఇండియాకు వచ్చేస్తుంది అంటున్నారు. So మనం మంచి రోజు చూసి మా Engagement ముహూర్తం పెట్టిద్దాం అన్నాడు, నేను అదే రోజు ఖుషితో ఇండియా లో ల్యాండ్ అయ్యేలా ప్లాన్ చేస్తాను. ఇదంతా ఖుషికి సర్ప్రైస్, అస్సలు ఎవరు చెప్పవద్దు అన్నాడు కార్తీక్ సిగ్గుపడుతూ...

మనం అందరు,` O.K But సప్తా నువ్వే careful గా ఉండు అంటు, ఖుషి వాళ్ళ అమ్మ సప్తా నెత్తి మీద ఒక్కటి ఇచ్చింది.

"కార్తీక్ అందరు ఆనందం గా ఉండటం చూసి, నేను అస్సలు ఊహించలేదు అందరు ఇంత ఈజీ ఇఒప్పుకున్టారు అని, ఈ విషయం తెలియక, ఖుషి నేను 3 ఇయర్స్ గా దూరం గా ఉన్నాము..బట్ థాంక్యూ అమ్మ నాన్న అండ్ అత్తయ్య మావయ్య అన్నాడు"...దానికి అందరు Don't be ఎమోషనల్ కార్తీక్ అంటూ ఫామిలీ అందరు కార్తీక్ ను హాగ్ చేసుకున్నారు.

ఇంకా అంతా తన ప్రేయసి కోసం సిద్ధం, కార్తీక్ ను ఖుషిని ఎవ్వరు వేరు చెయ్యలేరు అనుకుంటూ ఆనందంగా U.K ఫ్లైట్ ఎక్కి లండన్ లో దిగాడు కార్తీక్. దిగగానే తను లండన్ Sim కార్డు ఉన్న ఫోన్ On చేసాడు. Kartheek వాళ్ళ అమ్మ వాళ్ళు, ఆ రోజు ఖుషి వాళ్ళ ఇంట్లో ఉండి నెక్స్ట్ డే వెళ్తున్నారు. So Kartheek UK lo ల్యాండ్

అవ్వగానే, Kartheek వాళ్ళ అమ్మతో ఖుషి వాళ్ళ అమ్మతోను ఫోన్ చేసి తను సేఫ్ గా దిగా ను అని చెప్పాడు. ఇంకా Phone పెట్టాడో లేదో, ఆన్లైన్ కాలింగ్ చూడగానే మొహంలో ఆనందం ఇంక అప్పుడు మొదలైన ఫోన్ కాల్స్ కు అంతు లేకుండా పోయింది. అసలే 3సం.రాల దూరంగా వున్నానేమో Updated technology పుణ్యమో అంటూ వీడియో కాల్స్, Whatsapp Calls కు అంతం లేకుండా పోయింది.

మూడు నెలలు,మూడు యుగాలుగా గడిచింది, ఖుషి తను ఇంటికి వెళ్ళేటప్పుడు Visiting visa మీద London లో ఆగితే, London నుండి ఖుషి అండ్ కార్తీక్ కలసి ఇండియా వెళ్ళే లాగ ప్లాన్ చేసుకున్నారు.

ఆరోజు రానే వచ్చింది ఖుషి లండన్ Airport లో దిగింది, వెంటనే ప్రక్కనవున్న Passenger Phone అడిగి Kartheek ku కాల్ చేసింది, Flight Just Land అయ్యింది అని Kartheek కు చెప్పింది. "Ok then నేను పిక్ చేసుకోవటానికి రాలేక పోతున్నాను, but my friend " Welcome ఖుషి Board" తో wait చేస్తుంటాడు, So please go to my flat, I will see you in the evening అని ఫోన్ పెట్టేసాడు కార్తీక్".

ఖుషి డల్ అయ్యి కార్తీక్ ను తిట్టుకుంటూ, Airport నుండి బయటకు రాగానే "Welcome ఖుషి" అనే బోర్డు తో ఒక అతను నుంచుని వున్నాడు. అతను వైపు నడుచుకుంటు వెళ్ళింది. Madam This is For you అంటు తన చేతిలో వున్నా Flowers Bouquet

అందించాడు, అందులో ఒక చిన్న letter ఉంది "Welcome My Dear ప్రేయసి " అంటు. అది చదవగానే చిన్న చిరునవ్వుతో,కొంచెం కోపం తగ్గింది కార్తీక్ అని మనసులో అనుకుంది.

Please Madam అంటూ ఖుషి చేతిలో Luggage తీసుకుని cab వైపు నడిపించాడు, Cab వైపు వెళ్ళగానే ఒక చిన్న బాబు "I Love you My Dear ప్రేయసి " అంటూ ఒక చిన్న మొక్కను బహుకరించారు. ఆ బాబు బుగ్గ పైన ముద్దు పెట్టి, Thank you అని మొక్కను తీసుకుంది. ఇప్పుడు ఇంకా కొంచం కోపం తగ్గింది కార్తీక్ అని మనసులో అనుకుని, అయిన ఇన్ని years తరవాత కలుసుకోబోతుంటే ఆఫీస్ కు వెళ్తావ, evening చెప్తాను నీ పని కార్తీక్ అనుకుంది మనసులో. ఇంతలో Mam lets go అంటూ cab driver cab door open చేసాడు.

*******

ఖుషి Cab ఎక్కికూర్చున్నాక, డ్రైవర్ Cab డోర్ వేసి, తను Cab ఎక్కి.. కార్ స్టార్ట్ చేసి స్లోగా మూవ్ చేసాడో లేదో, ఎవరో Cab కి అడ్డంగా వచ్చి Front Mirror మీద, తన అరచెయ్యి వేసి, Cab ని ఆపాడు. ఖుషి కి ఎవరో క్లియర్ గా కనిపించలేదు కానీ, Full గా బ్లాక్ కోట్ వేసుకొని ఉన్నాడు. Cab డ్రైవర్ బ్రేక్ వెయ్యగానే ఖుషి కూర్చున్న వైపు డోర్ ఓపెన్ చేసి, ఖుషిని బలవంతంగా Kiss చేసాడు. ఫస్ట్ ఒక 30 Sec ఖుషి అతని ముద్దునుండు విడిపించుకొనే ప్రయత్నం చేసింది. కాని తనుకూడా ఆ ముద్దులో లీనమైపోయింది..... అలా సమయం గడిచాక, Cab డ్రైవర్ and అక్కడివారు Claps కొట్టటం తో

స్లో గా ముద్దునుండి బయటకు వస్తూ.... ఇంకా మూసిన కళ్ళు తెరవక ముందే ఈ Aroma ని ఇన్ని సంవత్సరాలు చాలా మిస్ అయ్యాను కార్తీక్ అంది. తన ప్రేయసి, తన స్పర్శను.... ఇంకా మరిచిపోలేదు అని ఆనందంతో మళ్ళీ ఖుషిని ముద్దు పెట్టుకునాడు కార్తీక్.

"రావడం కుదరదు అన్నావు అంది ఖుషి, ఇప్పటికి వరకు నీకు దూరంగా గా బ్రతకడమే ఎక్కువ, ఇంకా నీ కోసం ఇక్కడికి రాలేక పోతే నేను ఎందుకు రా, అన్నాడు. అంటూనే ఖుషి చెయ్యి పట్టుకొని "హౌ is Surprice అన్నాడు " I just Loved ఇట్ అంది ఖుషి. థాంక్యూ డార్లింగ్ అని, let's గో బ్రో అన్నాడు Cab డ్రైవర్ ని. Cab స్టార్ట్ చేసి వెళ్తూ, వుండగా ఖుషి చేతిని తన రెండు చేతులతో పట్టుకొని తన గుండెలకు హత్తుకున్నాడు." ఐ లవ్ యు కార్తీక్ "అంటూ, ఖుషి కళ్ళ నుండి నీళ్ళు కార్చింది. నో మోర్ టియర్స్ కుషి, ఐ లవ్ యు డార్లింగ్ అన్నాడు, అంటు ఖుషి కళ్ళు తుడిచాడు.

మల్లి ఖుషి ని హ్యాపీ చెయ్యటానికి ఐ have సమెథింగ్ ఫర్ యు అన్నాడు కార్తీక్, I too have something for you అంది ఖుషి, లెట్స్ టేక్ ఇట్ అవుట్-- ఆన్ కౌంట్ అఫ్ ౩ అనుకోని,, ఇద్దరు ౩ అనగానే డైరీ మిల్క్ చాక్లెట్స్ బయటకు తీసారు. వావ్ Thats అమ్మేజింగ్ అంటు ఇద్దరు చాక్లెట్స్ ఎక్స్చేంజి చేసుకున్నారు". వెంటనే కార్తీక్ ఐ వాంట్ డైరీ మిల్క్ రైట్ నౌ అన్నాడు,ఖుషి వైపు చూస్తూ... ఖుషి వేళ్ళతో నో నో అంటూ సైగ చేసి..... కళ్ళతో డ్రైవర్ ని చూపించింది.

ఇంతలో cab driver, sir we reached the location అన్నాడు. ఒక్క సారిగా ఇద్దరూ వులిక్కి పడి" ఒకే ఒకే అంటూ తమని తాము సముదాయించుకున్నారు. " cab ఆగింది, ఖుషి, కార్తీక్ cab దిగారు. Cab driver లాగేజ్ దించటానికి హెల్ప్ చేసాడు. Ok bye, may god bless you both guys అంటూ cab driver అక్కడి నుండి వెళ్ళిపోయాడు.

తరువాత ఖుషి, కార్తీక్ ఇద్దరూ లోపలికి వెళ్ళారు. Reception లో కార్తీక్, ఖుషి కి book చేసిన room keys తీసుకున్నాడు. ఒకే పదా ఖుషి అన్నాడు, కానీ ఖుషి కార్తీక్ చెయ్యి పట్టుకుని,ఎంటిది కార్తీక్ నేను వచ్చింది London చూడటానికి, బట్ నువ్వు నీ room కి తీసుకువెళ్లకుండా ఇలా hotel room లో వుండమంటున్నావు అని అడిగింది ఖుషి.

నువ్వు నాకు కాబోయే భార్యవి నీ గురించి ఎవ్వరు తప్పుగా మాట్లాడు కోకూడదు, ఇంతకు ముందు Bombay లో నేను ఒక్కడినే చెల్లి తో room లో వుండే వాడిని, కానీ ఇక్కడ, 5 bachlors కలిసి వుంటున్నాము అందుకే నిన్ను అక్కడికి తీసుకు వెళ్ళటం లేదు అన్నాడు కార్తిక్. ఆ మాట విన్నాక ఖుషి కి కార్తీక్ పైన వున్నా respect ఇంకా పెరిగింది. వెంటనే i am proud of my self kartheek అంది! ఎందుకు అన్నాడు కార్తీక్, ఎందుకంటే నా selection perfect అంది, oh thank you అన్నాడు కార్తీక్. Come lets go to the room అన్నాడు, ok అంటూ ఇద్దరూ hotel lift లో, ఖుషి పేరు మీద book చేసిన రూమ్ కి చేరుకున్నారు. Room door open చేసి assistant luggage లోపల పెట్టి, would you like to have anything sir

అన్నాడు. No no thank you, అని room assistant ను బయటకి పంపి, room door వేసాడు.

ఖుషి తన Hand bag ను పక్కన వున్నా teepai మీద పెట్టి slow గా room ని చూడ సాగింది. wow కార్తీక్ suite room book చేసావ, ఇది ఒక flat లాగ వుంది...భూలోక స్వర్గం అంటూ వెళ్ళి, bed room కి వున్నా glass doors open చేసింది. Same Mumbai లో వున్నా కార్తీక్ flat, bed room నుండి చూసిన view గుర్తు వచ్చింది. ఖుషికి ఇష్టమైన flowers plants it's beautiful అంటూ కార్తీక్ ను గట్టిగా కౌగలించు కుంది.

Thanks కార్తీక్ for దీజ్ memories అంది. కార్తీక్ ఖుషి తలపైన చెయ్యి వేసి You deserve more ఖుషి, I Love you అన్నాడు. Thank you కార్తీక్ అని. Give me 5 minutes I will get refreshed అంది ఖుషి. Oh please take your time అన్నాడు కార్తీక్. I will take a quick bath అంది, ఖుషి. Ok carry on, in the mean while I will order food, what would like to have అన్నాడు, anything of your choice కార్తీక్ అంది ఖుషి. అక్కడ వున్నా ఒక towel ఇంకా తన hand bag తీసుకుని bath room కి వెళ్ళి door వేసుకుంది.

ఇంతలో కార్తీక్ reception కి కాల్ చేసి food and wine order చేసాడు. Ok 10 minutes తరువాత room bell మోగింది, waiter food తీసుకుని వచ్చాడు. Sir can I Serve అన్నాడు, No No thank you, I will call you If i need anything thank you అన్నాడు కార్తీక్. Room Assistant ok sir అని అక్కడ నుండి వెళ్ళి పోయాడు.

కార్తీక్ slow గా main Door వేసి. Bath room Door knock చేసాడు, ఖుషి shower off చేసి yes కార్తీక్ అంది. "ఖుషి you want any help for bath అన్నాడు నవ్వుతూ".

"ఖుషి సిగ్గుపడుతూ oh thank you soo much for your concern but, No thanks అంది".

"కార్తీక్ నవ్వు కుంటూ No No Madam please tell me I can help you అన్నాడు."

"ఖుషి కోపంగా shutup కార్తీక్ అంది."

"Oh ok ok I just want to tell,your food is ready come fast అన్నాడు."

"Oh ok ok I will be there in 10 minits అంది ఖుషి"

కార్తీక్ ఇంకా ఎంత సేపు అంటూ డోర్ Knock చేసాడు ఖుషి ఒక 5mins కు బయటకు వచ్చింది. ఖుషిని చూసి కార్తీక్ షాక్ అయ్యాడు ఎప్పుడో తనకు ట్రైన్ లో వచ్చిన Dream గురించి ఖుషికి చెప్పితే, సేమ్ అదే చీర కట్టుకొని తల స్నానం చేసి కలల యువరాణిల కళ్ళముందుకు వచ్చింది ఖుషి...

ఖుషిని చూసి "వావ్ యు లుక్ సో బ్యూటిఫుల్ అన్నాడు కార్తీక్"

కాని "ఖుషి సిగ్గుతో దించిన తల ఎత్తడం లేదు"

చాల చిన్న వాయిస్ తో

"థ్యాంకు కార్తీక్ అంది"

"కార్తీక్ రెండు అడుగులు– ముందుకు వేసి ఖుషి I am speechless, you are gorgeous అన్నాడు"

"వెంటనే తన రెండు చేతులను తన మొహానికి అడ్డు పెట్టుకొని, కార్తీక్ Dont come any closer అంది ఖుషి"

"కార్తీక్ ఖుషి కళ్ళను అలాగే తన చేతులతో మూసి బెడ్ రూమ్ లోకి నడిపించాడు "

"Now Please open your eyes అన్నాడు"

"మొత్తం రెడ్ కలర్ heart shape balloons and red roses తో రూమ్ చాల అందంగా decorate చేసాడు"

"kushi, wow its beautiful karthik అంది"

"వెంటనే ఏదో Cinema లో చూపించినట్లు మోకాళ్ళు పైన కూర్చొని తన ప్రేమను I Love you Princess అంటూ ఒక గిఫ్ట్ ను ఖుషి చేతికి అందించాడు "

"ఆ గిఫ్ట్ open చేస్తే ఒక బ్యూటిఫుల్ సెట్ It's a Desinger piece, Very Simple White and Pink Stone set "

"wow అంది ఇది నువ్వు ఇండియా వెళ్ళేటప్పుడు, నాతో జర్నీ లో పెట్టుకోవటానికి అన్నాడు, Thankyou అంది "

"ఆ సెట్ చూస్తూ ఉండగానే మరో గిఫ్ట్ ను ఖుషికి అందించాడు, ఇది ఒక లేహంగా సెట్ ఖుషి "

అన్నాడు, ఓపెన్ చేసి కార్తీక్ it's so beautiful, ఇది నా సెట్ కి మ్యాచ్ అవ్వుతుంది అంది.

Thank you sir అంది, wait i got something for you అంటూ ఒక Armani Suit ని కార్తీక్ కి గిఫ్ట్ ఇచ్చింది.

నో ఇది మనం ఇండియా వెళ్ళేటప్పుడు నేను వేసుకుంటాను అన్నాడు.."Ok my handsome hero, i want to eat you in this suit అంటూ నవ్వుకుంది ఖుషి".

"You want to eat me అంటూ బెడ్ పైకి పడేసి చెక్కిలి గింతలు పెట్టాడు కార్తీక్ "ఇద్దరూ నవ్వుకున్నారు. Ok baby i am hungry now అంది, హ్యాపీ గా ఇద్దరు ఫుడ్ తిన్నారు, ఖుషి కి లండన్ చూపిస్తాను అని కార్తీక్ బయటకు తీసుకు వెళ్ళాడు.

ఖుషి షాపింగ్ చేసి అలిసిపోయింది, అలసిపోయిన ఖుషి రూమ్ కి రాగానే తన హీల్స్ తీసి, అబ్బా కాళ్ళు నొప్పి అంది, "కార్తీక్ ఇటు రా అని, కార్తీక్ ను బెడ్ మీద కూర్చోమని, తన వొళ్ళో ఆమె తలను పెట్టుకుంది.."తరువాత కార్తీక్ ఆమె కురులను తన చేతి వేళ్ళతో నిమురుతూ, ఆమె కు దగ్గరగా వెళ్ళాడు కార్తీక్ నో అంది ఖుషి!,..ఏంటి రా! నాకు నీ హెయిర్ అరోమా ఇష్టం కదా, చూసుకోనివ్వు అన్నాడు, ఓహ్ ఆధా అంది, మరి నువ్వు ఏమి అనుకున్నాను అంటూ ఆమెను ఏడిపించాడు. తరువాత ఖుషి నిద్రలోకి జారుకుంది, నెమ్మదిగా ఆమె తలను పక్కన తలకడి పైన పెట్టి, ఆమె పాదాలు దగ్గరగా కూర్చున్నాడు..ఆమె మృదుపైన పాదాలను తాకుతూ నెమ్మదిగా నొక్కుతూ..అందం అన్ని చోట్ల ఉంటుంది అంటే ఏమో అనుకున్న,

ఇప్పుడు నీ కాళ్ళను చూస్తే నమ్మక తప్పటం లేదు MY DEAR ప్రేయసి...అనుకుని తాను అలా బెడ్ పై నడుం వాల్చి,ఆమె పాదాలను అతని గుండెల మీద పెట్టుకుని పడుకున్నాడు.

నెక్స్ట రెండు రోజులు లండన్ మొత్తం చుట్టేసారు,పబ్ డిస్కో అని తేడాలేకుండా ఫుల్ ఎంజాయ్ చేసారు. కార్తీక్ ఖుషిని వాళ్ళ ఫ్రెండ్స్, ఆఫీస్ collegues కి పరిచయం చేసాడు.

నెక్స్ట డే మార్నింగ్ ఇద్దరు ఇండియా ఫ్లైట్ లో ఉన్నారు, కార్తీక్ నిద్ర పోతుంటే ఖుషి..."కార్తీక్ భయం వేస్తుంది రా,ఇండియా కి వెళ్ళాక కలవడం కుదురుతుందో లేదో అంది".

“Hmm ఇండియా వెళ్ళాక చూద్దాం, నేను మీ ఇంటికి ఎప్పుడు రావాలి అన్నాడు”

“ఎందుకు అంది ఖుషి”

“మన పెళ్లి గురించి మాట్లాడడానికి అన్నాడు”

“నేను ఇంటికి వెళ్ళాక Mom డాడ్ తో చెప్పి అప్పుడు చెప్తాను ఒక 1 month లో అంది”

“No No 1 month question లేదు వెంటనే మాట్లాడుదాం అన్నాడు”

“వద్దు, డాడ్ కి హార్ట్ ఎటాక్ కదా, నేను అయన మంచి మూడ్ లో ఉన్నప్పుడు చెప్తాను ప్లీజ్ అప్పటివరకు వెయిట్ చెయ్యి అంది”

“Hmm then ok అన్నాడు”

“ఏంటి రా ఖుషి ఆఫ్టర్ 2 years ఇండియా వెళ్తున్నావు మీ మామ్ డాడ్ హ్యాపీ గా ఫీల్ అయ్యే డ్రెస్ వేసుకో వచ్చు కదా, అన్నాడు”

“ఎందుకు ఈ డ్రెస్ బాలేద అంది ఖుషి అమాయకంగా”

“లేదు ఈ సెట్ కి, ఈ ప్యాంటు అండ్ టిష్టర్టు మ్యాచ్ అవ్వలేదు నేను ఇచ్చిన లెహంగా వోని వేసుకొని, హెయిర్ లీవ్ చేసుకుని బ్యూటిఫుల్ గా రెడీ అయితే మీ మామ్ & డాడ్ ఇంకా మీ ఫ్యామిలీ నిన్ను చూసి, మన ట్రెడీషన్ & మన కల్చర్ ని ఇంకా మరచిపోలేదు అని హ్యాపీ ఫీల్ అవుతారు, అన్నాడు కార్తీక్"

“ఖుషి కూడా,కదా! ఇప్పుడు ఏం చేయను అంది? ఫ్లైట్ ల్యాండ్ అవ్వగానే you go and change నేను లగేజ్ collect చేసుకుంటాను అన్నాడు. Ok thats good idea అంది.

“ఫ్లైట్ ల్యాండ్ అవ్వగానే ఖుషి changing రూమ్ కి వెళ్ళింది, కార్తీక్ కూడా లగేజ్ collect చేసుకుని, ఇద్దరి పేరెంట్స్ కి కాల్ చేసి వాళ్ళ ల్యాండ్ అయ్యామని, వాళ్ళు అనుకున్న లొకేషన్ కి ఖుషి తో, తను వచ్చేస్తాను అని చెప్పి ఫోన్ కట్ చేసి, తను కూడా Changeing రూమ్ కి వెళ్లి, ఖుషి ఇచ్చిన సూట్ వేసుకుని,ఖుషి కోసం వెయిట్ చేసాడు.

“ఖుషి ఇంతలో స్లో గా వాష్ రూమ్స్ నుండి వచ్చింది, కార్తీక్ అందరు మనల్నే వింతగా చూస్తున్నారు”

“Lets get out of here అంది”

“ఎయిర్ పోర్ట్ నుండి బయటకి ఇద్దరు విడి విడి గా ఎవరి లగేజ్ తో వాళ్ళు వచ్చారు.

“ఖుషి చాల సేపు చూసింది, తన కోసం ఎవరు ఎయిర్పోర్ట్ కి రాలేదు, వాళ్ళ మామ్ కి అన్నయ్యకి ఎవరికీ కాల్ చేసిన కాల్ లిఫ్ట్ చెయ్యలే”

“కార్తీక్ కొంచెం దూరంగా వెయిట్ చేస్తూ ఖుషి వైపు చూసి what happened అని సైగ చేసాడు”

“ఖుషి కార్తీక్ ను తన దగ్గర రమ్మని సైగ చేసింది, కార్తీక్ వచ్చి ఖుషికి కన్ను కొట్టి Madam you are looking beautiful అన్నాడు. కార్తీక్ షట్ అప్, ఏమి అర్ధం కావడం లేదు ఎవ్వరు రాలేదు అంది.

“ఓకె ఖుషి, Don’t worry నేను కూడా అక్కడికే గా వెళ్ళేది I will drop you అన్నాడు”

“ఓకె లెట్స్ గో అంది “ wait i will book cab అన్నాడు”

“Cabs ఏమి లేవు అంటూ, ఎదో మ్యారేజ్ కి బుక్ చేసుకున్న Cab ఉంది, మనల్ని Loda లో దింపి, he will go to marriage అన్నాడు”.

“ఆ Cab చాల అందంగా పువ్వులతో డేకరేట్ చేసి ఉంది”.

“Wow కార్తీక్ this is Awesome మనకి మనమే ఇచ్చుకుంటున్న గ్రాండ్ వెల్కమ్ అని నవ్వుకుంది”

“ఖుషి అల నవ్వకు మై Darling అంటూ దగ్గరకు రాబోతుంటే, కార్తీక్ ఇది లండన్ కాదు మూవ్ బ్యాక్ అంటూ సైగ చేసింది”

“అలా కొంచెం సేపటికి Cab వెళ్లి ఒక నిర్మానుష్యమైన ప్లేస్ లో ఆగింది”

“Sir కార్ పాడయిపోయింది, దిగండి అన్నాడు cab డ్రైవర్., what is this అంటు ఇద్దరు cab దిగారు”

“ఎదురుగా ఒక పెద్ద Arch, flowers తో వెల్కామ్ అని రాసివుంది”

“What is this కార్తీక్ అంటూ ఇద్దరు తమ Trolly లాగుకుంటూ Arch loki ఎంటర్ అయ్యారు”

కార్తీక్, "ఖుషి give me that అని తన Luggage తీసుకున్నాడు”

“ఇద్దరి Trolly లు పక్కన పెట్టి, ఖుషి ని ఎత్తుకున్నాడు”

“ఖుషి నో కార్తీక్ నాట్, నౌ అంటూ ఎదో చెప్పబోతే... షు షు అంటూ తనని Calm చేసాడు”

“అల ఖుషిని,ఎత్తుకుని తీసుకుని వెళ్లి మొత్తం పూల మొక్కలు తో నిండిన.... ఒక స్టేజి పైన నిలబెట్టి” Pocket నుండి ఒక రింగ్ తీసి "ఖుషి will you marry me" అని అడిగాడు”

“Say yes yes అంటూ ఖుషి వాళ్ళ అమ్మ నాన్న అన్నయ్యలు బంధువులు, చుట్టాలు క్లాప్స్ తో వచ్చారు, మరో పక్కగా bhabi say yes అంటూ సప్తా, కార్తీక్ వాళ్ళ ఫ్యామిలీ అందరు వచ్చారు”

“ఖుషి ఒక్కసారిగా ఏడుస్తూ కూల పడిపోయి.... Yes, కార్తీక్ అంటూ వాళ్ళ అమ్మ నాన్నలను పట్టుకుని ఏడ్చింది".

.........................ఇంకా ఈ ప్రేమకు అంతం లేదు అన్ని ప్రేమలు తియ్యనివే ప్రియా...........................

To be Continued.......